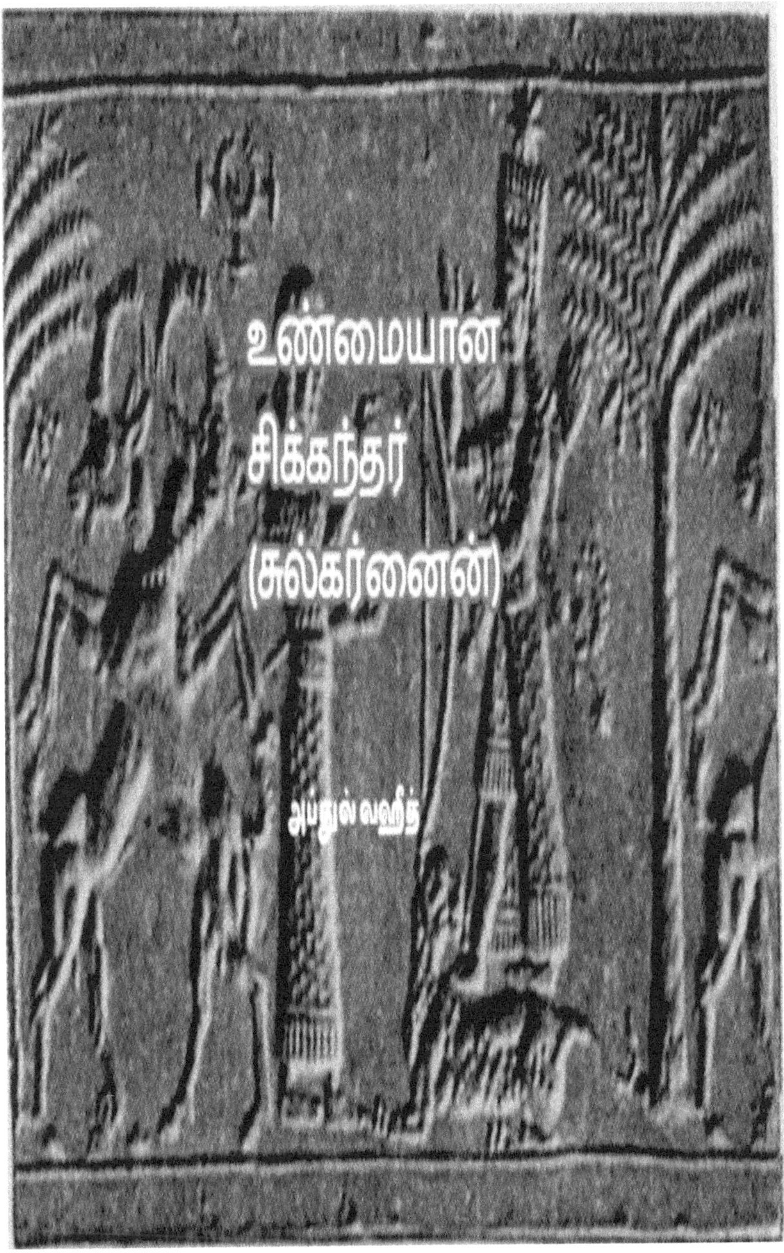

உண்மையான சிக்கந்தர் (சுல்கர்னைன்)

அப்துல் வஹீத்

உண்மையான சிக்கந்தர் (சுல்கர்னைன்)

Real Sikandar (Zulqarnain)

அப்துல் வஹீத்

CERTIFICATE OF PUBLISHING

We're proud to present this certificate of publishing to

Abdul Waheed

for successfully publishing

REAL SIKANDAR (ZULQARNAIN)

on 02-01-2023

"A writer's life and work are not a gift to mankind; **they're a necessity***"~ Toni Morrison*

© **Abdul Waheed**

அர்ப்பணிப்பு

இந்த புத்தகம் எனது தந்தை மறைந்த ஹாஜி உபைர்துர் ரஹ்மான் (முன்னாபாய்) மற்றும் இளைய சகோதரர் அப்துல் ஹமீது ஆகியோரின் நினைவாக அர்ப்பணிக்கப்பட்டுள்ளது. இறைவன் (அல்லாஹ்) அவரது ஆத்மா சாந்தியடையட்டும்,--
ஆமீன்
Date - 28/12/2022

பொருளடக்கம்

அறிமுகம்

இந்த புத்தகம் ஈரானின் பேரரசராக இருந்த புகழ்பெற்ற சிகந்தர் சுல்கர்னைனைப் பற்றி எழுதப்பட்டுள்ளது, இது புனித குர்ஆனில் குறிப்பிடப்பட்டுள்ள உண்மையான சிக்கந்தர் சுல்கர்னைன். தயவு செய்து படித்து பயன் பெறுங்கள், குறை இருந்தால் தெரிவிக்கவும்,

நன்றி

சுல்கர்னைன் (உண்மையான அலெக்சாண்டர்)

சில வரலாற்றாசிரியர்களின் கூற்றுப்படி, சுல்கர்னைனின் கதையானது மத்திய கிழக்கில் நிலவும் அலெக்சாண்டர் தி கிரேட் புராணங்களில், அதாவது சிரியாக் அலெக்சாண்டர் புராணக்கதைகளில் இருந்து வருகிறது.

மாகோகின் வழித்தோன்றல்களளான சித்தியர்கள், ஒருமுறை அலெக்சாண்டரின் தளபதிகளில் ஒருவரை தோற்கடித்தனர், அதன் பிறகு அலெக்சாண்டர் காகசஸ் மலைகளில் ஒரு சுவரைக் கட்டினார், அவர்களை நாகரிக நிலத்திலிருந்து வெளியேற்றினார் (அசல் கூறுகள் ·்பிளேவியஸ் ஜோசபஸில் காணப்படுகின்றன).

சிரியாக் பதிப்பு வழியாக குர்ஆனுக்குள் நுழைவதற்கு முன், இந்த புராணக்கதை பிற்கால நூற்றாண்டுகளில் மிகவும் விரிவானது. இருப்பினும், குர்ஆனில் சிரியாக் புராணக்கதையின் செல்வாக்கு, டேட்டிங் முரண்பாடுகள் மற்றும் முக்கிய மையக்கருத்துக்கள் காணாமல் போனதன் அடிப்படையில் கேள்விக்குள்ளாக்கப்பட்டது. சிரியாக் புராணக்கதை அலெக்சாண்டரின் கொம்புகளைப் பற்றி குறிப்பிடுகையில், அது

ஹீரோவை அவரது கிரேக்கப் பெயரால் தொடர்ந்து குறிப்பிடுகிறது, வேறு அடைமொழியைப் பயன்படுத்தவில்லை.

"இரண்டு கொம்புகள்" என்ற இஸ்லாமிய அடைமொழியான து அல்-கர்னைன் குரானில் முதன்முறையாகப் பயன்படுத்தப்பட்டுள்ளது. "இரண்டு கொம்புகள்" என்ற பெயரின் பின்னணியில் உள்ள காரணங்கள் ஓரளவு தெளிவில்லாமல் உள்ளன: அறிஞர் அல்-தபரி (839-923 CE) உலகின் ஒரு முனையிலிருந்து ("கொம்பு") மறுமுனைக்குச் சென்றதால் அதற்குப் பெயரிட்டார், ஆனால் அது இருக்கலாம். இறுதியில் ஹெலனிஸ்டிக் அருகிலுள்ள கிழக்கில் உள்ள நாணயங்களில் பிரபலமான செம்மரக் கடவுள் ஜீயஸ்-அம்மோனின் கொம்புகளை அணிந்த அலெக்சாண்டரின் உருவத்திலிருந்து பெறப்பட்டது.

து அல்-கர்னைன் தனது வடக்குப் பயணங்களின் போது வரைந்த சுவர், சீனப் பெருஞ்சுவரைப் பற்றிய தொலைதூர அறிவைப் பிரதிபலிக்கக்கூடும் (12 ஆம் நூற்றாண்டின் அறிஞர் அல்-இத்ரிசி, மங்கோலியா அமைந்துள்ள சிசிலியின் ரோஜருக்கு ஒரு வரைபடத்தை உருவாக்கினார்) "நிலம். கோக் மற்றும் மாகோக்", அல்லது வடக்கு காட்டுமிராண்டிகளுக்கு எதிராக

காஸ்பியன் பகுதியில் கட்டப்பட்ட பல்வேறு சசானிட் பாரசீக சுவர்கள் அல்லது இரண்டின் கலவையாகும்.

து அல்-கர்னான் பூமியின் மேற்கு மற்றும் கிழக்கு முனைகளுக்கும் பயணிக்கிறார் ("கார்ன்ஸ்", குறிப்புகள்). மேற்கில் "சேற்று நீரூற்றில்" சூரியன் மறைவதை து அல்-கர்னைன் கண்டுபிடித்தது சிரியாக் புராணத்தில் அலெக்சாண்டரால் கண்டுபிடிக்கப்பட்ட "விஷக் கடலுடன்" ஒப்பிடத்தக்கது என்று எர்ன்ஸ்ட் கூறுகிறார். சிரியாக் கதையில், அலெக்சாண்டர் கடலில் தண்டனை விதிக்கப்பட்ட கைதிகளை அனுப்புவதன் மூலம் சோதனை செய்கிறார், ஆனால் குர்ஆன் இதை பொது நீதி நிர்வாகமாக மாற்றுகிறது. எர்ன்ஸ்டின் கூற்றுப்படி, சிரிய புராணக்கதை மற்றும் குர்ஆன் இரண்டிலும், சிகந்தர்/து அல்-கர்னைன் சூரிய உதயத்திற்கு மிக அருகில் வாழும் மக்களைக் கண்டறிந்தார், அவர்களுக்கு அதன் வெப்பத்திலிருந்து பாதுகாப்பு இல்லை.

து அல்-கர்னைன் ஆபிரகாமின் காலத்தில் வாழ்ந்ததாகக் கூறப்படுவதால், பல இடைக்கால அறிஞர்கள் மற்றும் வரலாற்றாசிரியர்கள் காலவரிசை முரண்பாட்டைத் தவிர்ப்பதற்காக

அவரை அலெக்சாண்டருடன் அடையாளம் காணவில்லை.

இப்னு கதீர், [29]:100-101 இபின் தைமியா [29]:101 [30] மற்றும் நாசர் மக்ரேம் ஷிராசி உட்பட மற்ற குறிப்பிடத்தக்க முஸ்லீம் வர்ணனையாளர்களும் அலெக்சாண்டரின் அடையாளத்தை நிராகரிக்க இறையியல் வாதங்களைப் பயன்படுத்தியுள்ளனர்: அலெக்சாண்டர் சிறிது காலம் மட்டுமே வாழ்ந்தார். து அல்-கர்னைன் (சிலரின் கூற்றுப்படி) கடவுளின் ஆசீர்வாதங்களின் அடையாளமாக 700 ஆண்டுகள் வாழ்ந்தார், இருப்பினும் இது குர்ஆனில் குறிப்பிடப்படவில்லை; து அல்-கர்னைன் ஒரு கடவுளை மட்டுமே வணங்கினார், அதே சமயம் அலெக்சாண்டர் ஒரு பலதெய்வவாதியாக இருந்தார், இருப்பினும் சில பாரம்பரிய முஸ்லீம் அறிஞர்கள்

அல்-கர்னைன் என அடையாளப்படுத்தும் யோசனையை நிராகரித்தார்.

து அல்-கர்னைனின் பல்வேறு பிரச்சாரங்கள் தென் அரேபியாவின் ஹிம்யாரைட் ராஜா சாப் து-மராதிட் (அல்-ரயித் என்றும் அழைக்கப்படும்) ராஜா சாப் து-மராதித் கே:18:83-101 இல் விவரிக்கப்பட்டுள்ளது.

வஹ்ஹாப் இப்னு முனாபியின் கூற்றுப்படி, இபின் ஹிஷாம் மேற்கோள் காட்டியபடி, சாப் மன்னர் ஜெருசலேமில் அல்-கித்ரை சந்தித்த பிறகு து அல்-கர்னைன் என்ற பட்டத்தை பெற்ற ஒரு வெற்றியாளர். அல்-கிதர் அவரை இருளான தேசத்திற்கு அழைத்துச் செல்லும் வரை, அவர் பூமியின் முனைகளுக்குப் பயணித்து, மக்களை வெல்வார் அல்லது மாற்றுகிறார்.

வீலரின் கூற்றுப்படி, து அல்-கர்னைனை அலெக்சாண்டருடன் அடையாளம் காணும் கதைகளில் முதலில் சாபிக்கு சொந்தமான இந்த கணக்குகளின் சில கூறுகள் இணைக்கப்பட்டிருக்கலாம்.

சைரஸ் தி கிரேட்

நவீன காலங்களில், சில முஸ்லீம் அறிஞர்கள் து அல்-கர்னைன் உண்மையில் சைரஸ் தி கிரேட், அச்செமனிட் பேரரசின் நிறுவனர் மற்றும் எகிப்து மற்றும் பாபிலோனை வென்றவர் என்று வாதிட்டனர். இந்தக் கண்ணோட்டத்தை ஆதரிப்பவர்கள் பழைய ஏற்பாட்டில் டேனியலின் தரிசனத்தை மேற்கோள் காட்டுகின்றனர், அங்கு அவர் "மேடியா மற்றும் பெர்சியாவின் ராஜாக்களை" (டேனியல் 8:20) குறிக்கும் இரண்டு கொம்புகள் கொண்ட ஆட்டுக்கடாவைக் காண்கிறார்.

மேற்கோள் காட்டப்பட்ட தொல்பொருள் சான்றுகளில் சைரஸ் சிலிண்டர் அடங்கும், இது சைரஸை பாபிலோனிய கடவுளான மார்டுக்கின் வழிபாட்டாளராக சித்தரிக்கிறது, அவர் உலகை ஆளவும் பாபிலோனில் நீதியை நிலைநாட்டவும் கட்டளையிட்டார். நபோனிடஸ் பல்வேறு பாபிலோனிய நகரங்களிலிருந்து சிலைகளை கொண்டு வந்ததாக சிலிண்டர் கூறுகிறது, சைரஸ் அதை அவர்களின் முன்னாள் சரணாலயங்களுக்கு மீட்டெடுத்து கோயில்களை அழித்தார். மற்ற நூல்கள் மற்றும் கல்வெட்டுகளுக்கு ஆதரவாக, சைரஸ் தனது களங்கள் முழுவதும் மத சுதந்திரத்தை

அனுமதிக்கும் பொதுக் கொள்கையைத் தொடங்கியதாகத் தெரிகிறது.

பாஸ்கர்டேயில் உள்ள ஒரு அரண்மனையின் வாசற்படியில் உள்ள ஒரு பிரபலமான சிலை, ஹெஹெம்ஹெம் கிரீடம் (ஒரு ஜோடி நீண்ட சுழல் ராம் கொம்புகளில் பொருத்தப்பட்ட ஒரு வகை பண்டைய எகிப்திய கிரீடம்) அணிந்த சிறகுகள் கொண்ட உருவத்தை சித்தரிக்கிறது. சில அறிஞர்கள் சைரஸின் சித்தரிப்பு என்று கருதுகின்றனர், ஏனெனில் ஒரு காலத்தில் அதற்கு மேலே அமைந்திருந்த கல்வெட்டு, பெரும்பாலானவர்கள் அதை ஒரு பாதுகாவலர் ஜீனி அல்லது பாதுகாப்பு உருவம் என்று பார்க்கிறார்கள், அதே கல்வெட்டு மற்றொன்றில் எழுதப்பட்டிருப்பதைக் குறிப்பிடுகின்றனர். வளாகத்தில் அரண்மனை.
இந்த கோட்பாடு 1855 இல் ஜெர்மன் மொழியியலாளர் ஜி. இது M. Radslob ஆல் முன்மொழியப்பட்டது, ஆனால் மேற்கில் பின்பற்றுபவர் ஆகவில்லை. முஸ்லீம் வர்ணனையாளர்களில், இது முதலில் சையத் அஹ்மத் கான் (இ. 1889), பின்னர் மெளலானா அபுல் கலாம் ஆசாத் ஆகியோரால் ஊக்குவிக்கப்பட்டது, மேலும் பல ஆண்டுகளாக பரவலான ஏற்றுக்கொள்ளலைப் பெற்றது.

வீலர் சாத்தியத்தை ஏற்றுக்கொள்கிறார், ஆனால் கிளாசிக்கல் முஸ்லீம் வர்ணனையாளர்களால் அத்தகைய கோட்பாடு இல்லாததை சுட்டிக்காட்டுகிறார்.

குர்ஆன் உருவத்துடன் அடையாளம் காணப்பட்ட அல்லது து அல்-கர்னைன் என்ற பட்டம் பெற்ற பிற நபர்கள்:

அஃப்ரிகிஷ் அல்-ஹிம்யாரி, ஹிம்யாரின் அரசர். அல்-பிருனி, கடந்த நூற்றாண்டுகளின் எஞ்சிய அடையாளங்கள் என்ற தனது புத்தகத்தில், து அல்-கர்னைன் என்று நம்பப்படும் பலரை பட்டியலிட்டுள்ளார். து அல்-கர்னைன் ஒரு யேமன் இளவரசர் அஃப்ரிகிஷ், அவர் மத்தியதரைக் கடலைக் கைப்பற்றி அஃப்ரிகியா என்ற நகரத்தை நிறுவினார் என்ற கருத்தை அவர் ஆதரித்தார். சூரியன் உதிக்கும் மற்றும் மறையும் நிலத்தை ஆண்டதால் அவர் து அல்-கர்னைன் என்று அழைக்கப்பட்டார். அவரது வாதத்தை ஆதரிப்பதற்காக, அல்-பிருனி அரபு மொழி பெயர்களை மேற்கோள் காட்டினார், து நுவாஸ் மற்றும் து யாசான் போன்ற துவில் தொடங்கும் கூட்டுப் பெயர்கள் ஹிம்யர் மன்னர்களிடையே பொதுவானவை என்று குறிப்பிட்டார்.

ஃபெரிடுன். அல்-தபரியின் தேதியின்படி, ஆபிரகாமின் சகாப்தத்தில் வாழ்ந்த து அல்-கர்னைன் மூத்தவர் (அல்-அக்பர்), புகழ்பெற்ற பாரசீக மன்னர் ஃபெரிடுன் என்று சிலர் கூறுகிறார்கள், அவரை அல்-தபரி அப்ரிதுன் இபின் அதாஃபியன் என்று குறிப்பிடுகிறார். .

இம்ருல்-கேஸ் (கி.பி. 328 இல் இறந்தார்), தெற்கு மெசபடோமியாவின் லக்மிட்களின் இளவரசர், அவர் முதலில் பெர்சியாவிற்கும் பின்னர் ரோமிற்கும் நட்பு நாடாக இருந்தார், அவரது சுரண்டல்களுக்காக காதல் கொண்டாடப்பட்டது.

மெசியா பென் ஜோசப், யேமனிய யூதர்கள் எதிர்பார்த்த புகழ்பெற்ற இராணுவ மீட்பர்.

டேரியஸ் தி கிரேட்.

கிஸ்ரௌனி, பார்த்தியன் அரசன்.பயணி து அல்-கர்னைன் பிற்கால எழுத்தாளர்களுக்கு விருப்பமான பாடமாக இருந்தார். இந்திய முனிவர்களுடன் அலெக்சாண்டரின் சந்திப்பின் பல அரபு மற்றும் பாரசீக பதிப்புகளில் ஒன்றில். பாரசீக சுன்னி ஆன்மீகவாதியும் இறையியலாளருமான அல்-கசாலி (அபு ஹமித் முஹம்மது இபின் முஹம்மது அல்-கசாலி, 1058-1111) து அல்-கர்னைன் சொத்து இல்லாதவர்களை எப்படிச் சந்தித்தார் என்பதைப் பற்றி எழுதினார், ஆனால் அவர்களின் வீட்டு வாசலில் கல்லறைகளைத் தோண்டினார்; வாழ்வில் ஒரே உறுதி மரணம் என்பதால் தான் அவ்வாறு செய்ததாக அவர்களின் அரசன் விளக்கினான். கசாலியின் பதிப்பு பின்னர் ஆயிரத்தொரு இரவுகளில் நுழைந்தது.

சூஃபி கவிஞர் ரூமி (ஜலால் அத்-தின் முஹம்மது ரூமி, 1207-1273), ஒருவேளை இடைக்கால பாரசீக கவிஞர்களில் மிகவும் பிரபலமானவர், து அல்-கர்னைனின் கிழக்குப் பயணத்தை விவரிக்கிறார். ஹீரோ மற்ற அனைத்து மலைகளின் "தாய்" கபா மலையில் ஏறுகிறார், இது மரகதங்களால் ஆனது மற்றும் ஒவ்வொரு முகத்தின் கீழும் நரம்புகளால் முழு பூமியையும் சுற்றி ஒரு வளையத்தை உருவாக்குகிறது. Dhu al-Karnayn இன் வேண்டுகோளின் பேரில் மலை

நிலநடுக்கத்தின் தோற்றத்தை விளக்குகிறது: கடவுள் விரும்பினால், மலை அதன் நரம்புகளில் ஒன்றைத் துடிக்கிறது, இதனால் பூகம்பம் ஏற்படுகிறது. வேறொரு இடத்தில், ஒரு பெரிய மலையில், து அல்-கர்னைன் இஸ்ரா.்பிலை (ஆர்க்காங்கல் ரபேல்) சந்திக்கிறார், அவர் நியாயத்தீர்ப்பு நாளில் எக்காளம் ஊத தயாராக நிற்கிறார்.

மலாய் மொழி ஹிகாயத் இஸ்கந்தர் சுல்கர்னைன், சுமத்ரா மினாங்கபாவ் ராயல்டி போன்ற பல தென்கிழக்கு ஆசிய அரச குடும்பங்களின் வம்சாவளியை, இஸ்கந்தர் சுல்கர்னைனிலிருந்து, மலாய் நாளிதழில் மன்னர் ராஜேந்திர சோழன் (ராஜா சூரன், கிங் சோழன்) மூலம் கண்டுபிடிக்கிறார்.

gog மற்றும் magog

"இரண்டு கொம்புகளுடன்" என்ற பெயரைப் பற்றி சிரில் கிளாஸ் பின்வருமாறு எழுதினார்:

இது ஒரு குறியீட்டு விளக்கத்தையும் கொண்டுள்ளது: "இரண்டு யுகங்கள்", இது அலெக்சாண்டர் தனது காலத்திலிருந்து இஸ்லாத்திற்கு முந்தைய பல நூற்றாண்டுகள், உலகின் இறுதி வரை வீசிய காலநிலை நிழலைக் குறிக்கிறது. qarān என்ற அரபு வார்த்தையின் அர்த்தம் "கொம்பு" மற்றும் "காலம்" அல்லது "நூற்றாண்டு".

நவீன இஸ்லாமிய அபோகாலிப்டிக் எழுத்தாளர்கள் நவீன உலகில் சுவர் இல்லாததற்கு பல விளக்கங்களை வழங்குகிறார்கள், சிலர் மங்கோலியர்கள் கோக் மற்றும் மாகோக் என்றும் அந்த தடை இப்போது மறைந்துவிட்டதாகவும் கூறுகிறார்கள், மற்றவர்கள் கோக் மற்றும் மாகோக் இன்னும் இருக்கிறார்கள் ஆனால் மனித கண்ணுக்குத் தெரியவில்லை.

[T]அவருக்கு உலகின் புவியியல் தெரியும், ஆனால் இந்த "தடை" [குர்ஆன் 18:94] பற்றி கேள்விப்பட்டிருக்கவில்லை, இந்த முன்னேற்றம் இருந்தபோதிலும் ... இருப்பதில் உள்ள

அனைத்தையும் பார்க்க முடியாது என்பதே பதில்.
(அப்து அல்-அஸீம் அல்-கிலாஃபா, 1996)

குர்ஆனில் குறிப்பிடப்பட்டுள்ளது

18:94

அவர்கள் கூறினார்கள்: "ஒ துல்-கர்னேனே! இதோ! கோகும் மாகோகும் நிலத்தைக் கெடுக்கிறார்கள். எனவே எங்களுக்கும் அவர்களுக்கும் இடையே நீங்கள் ஒரு திரையை அமைக்க வேண்டும் என்ற நிபந்தனையுடன் நாங்கள் உங்களுக்குக் காணிக்கை செலுத்தலாமா?"

قَالَ مَا مَكَّنِّى فِيهِ رَبِّى خَيْرٌ فَيْرٌ فَعِ 18:96   ءَاتُونِى زُبَرَ ٱلْحَدِيدِ حَتَّىٰ 18:95 إِذَا سَاوَىٰ بَيْنَ ٱلصَّدَفَيْنِ قَالَ ٱنفُخُوا۟ حَتَّىٰ إِذَا جَعَلَهُ نَارًا قَالَ ءَاتُونِىٓ أُفْرِغْ عَلَيْهِ قِطْرًا

"எனக்கு இரும்புத் துண்டுகளைக் கொடுங்கள்" - வரை, அவர் பாறைகளுக்கு இடையில் (இடைவெளியை) சமன் செய்தபோது, அவர் கூறினார்: "ஊதுங்கள்!" - அவர் அவளை ஒரு நெருப்பு செய்தபோது கூட, அவர் கூறினார்: "உருகிய தாமிரத்தை அதில் ஊற்றுவதற்கு என்னிடம் கொண்டு வாருங்கள்."

فَمَا ٱسْطَٰعُوٓا۟ أَن يَظْهَرُوهُ وَمَا ٱسْتَطَٰعُوا۟ لَهُۥ نَقْبًا 18:97 அவர்கள் (காக் மற்றும் மகோக்சூர்) திறன் கொண்டவர்கள் அல்ல.

18:98   قَالَ إِذ.   என் இறைவனின் வார்த்தை உண்மையானது."

18:99 يَوْمَئِذٍ يَمَ فِوجُ فِى بَعْضَ يَوْمَئِذٍ !!!! وَركُنَا zan பிறகு அவர்களை ஒரு குழுவாக ஒன்று சேர்ப்போம்.

18:100 وَعَرَضْنَا جَهَنَّمَ يَوْمَئِذٍ لِّلْكَفِرِينَ عَرْضًا அந்நாளில், கா:ʃபிர்களுக்கு நாம் தெளிவாகக் காணக்கூடிய நரகத்தை வழங்குவோம்.

18:101 ٱلَّذِينَ كَانَ اعْيُ என்னால் செல்ல முடியவில்லை, ع فِى இலிருந்து வெளியேற முடியவில்லை.

குர்ஆன் 18:83-101

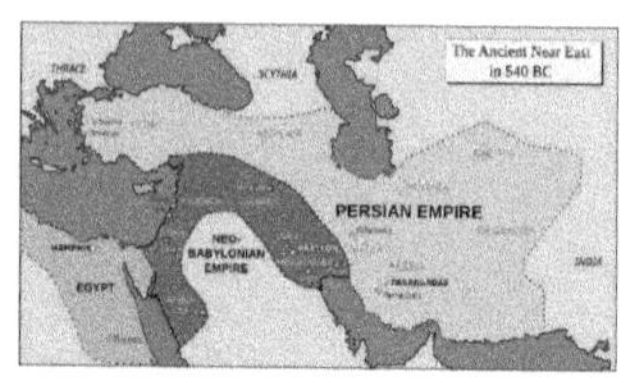

வம்ச வரலாறு

சைரஸை சித்தரிக்கக்கூடிய நான்கு சிறகுகள் கொண்ட புரவலர் உருவம், பசர்கடேயில் உள்ள வாயில் தூணில் உள்ள ஒரு அடிப்படை நிவாரணத்திலிருந்து அறியப்படுகிறது. ஒரு கல்வெட்டு "நான் சைரஸ் தி கிங், ஒரு அகேமேனியன்" என்று கூறுகிறது. இது சைரஸைக் குறிக்கும் என்று அறிஞர்கள் சந்தேகிக்கின்றனர், இந்த கல்வெட்டு பிற்காலத்தில் பொறிக்கப்பட்டது என்றும் அதே கல்வெட்டு வளாகத்தில் உள்ள மற்ற அரண்மனைகளிலும் காணப்படுகிறது என்றும் குறிப்பிடுகின்றனர்.

ஈரானிய பீடபூமியில் பாரசீக மேலாதிக்கம் மற்றும் மாநிலத்துவம் அச்செமனிட் வம்சத்தின் விரிவாக்கமாக தொடங்கியது, அவர்கள் கிமு 9 ஆம் நூற்றாண்டில் இருந்து தங்கள் முந்தைய ஆதிக்கத்தை விரிவுபடுத்தியிருக்கலாம். வம்சத்தின் ஸ்தாபகரின் பெயர் அச்செமெனிஸ் (பழைய பாரசீக ஹக்ஸாமானிஸிலிருந்து).

வம்சத்தின் ஒன்பதாவது மன்னரான டேரியஸ் தி கிரேட் அவர்களிடமிருந்து தனது வம்சாவளியைக் கண்டறிந்து, "இதன் காரணமாக நாங்கள் அக்கேமெனிட்ஸ் என்று அழைக்கப்படுகிறோம்" என்று அறிவித்ததால், அச்செமனிஸ்கள் "அக்கேமெனிஸின் வழித்தோன்றல்கள்". அச்செமனிட்ஸ் ஈரானின் தென்மேற்கில் பரசுமாஷ் மாநிலத்தை உருவாக்கினார், மேலும் அன்ஷான் நகரத்தை கைப்பற்றிய பின்னர் டீஸ்பெஸ் "கிங் ஆஃப் அன்ஷான்" என்ற பட்டத்தை பெற்றார், மேலும் பார்ஸை உள்ளடக்கிய தனது ராஜ்யத்தை மேலும் விரிவுபடுத்தினார். தீசஸுக்கு சைரஸ் I என்ற மகன் இருந்ததாக பண்டைய ஆவணங்கள் குறிப்பிடுகின்றன. சைரஸ் எனக்கு ஒரு முழு சகோதரர் இருந்தார், அவருடைய பெயர் அரிராம்னெஸ் என்று பதிவு செய்யப்பட்டுள்ளது.கிமு 600 இல், சைரஸ் I க்குப் பிறகு அவரது மகன் கேம்பிசஸ் I, கிமு 559 வரை ஆட்சி செய்தார். சைரஸ் II கேம்பிசஸ் I இன் "பெரிய" மகன் ஆவார், அவர் தனது தந்தை சைரஸ் I இன் பெயரை தனது மகனுக்கு பெயரிட்டார். சைரஸ் தி கிரேட் மற்றும் பிற்கால மன்னர்களிடமிருந்து பல கல்வெட்டுகள் உள்ளன, அவை கேம்பிசஸ் I ஐ "கிரேட் கிங்" மற்றும் "கிங் ஆஃப் அன்ஷான்" என்று அழைக்கின்றன. சைரஸ் சிலிண்டரில் உள்ள

பத்திகள் இதில் அடங்கும், அங்கு சைரஸ் தன்னை "காம்பைஸின் மகன், பெரிய ராஜா, அன்ஷானின் ராஜா" என்று அழைக்கிறார். மற்றொரு கல்வெட்டு (சிஎம்மில் இருந்து) கேம்பிசஸ் I ஐ ஒரு "சக்திவாய்ந்த ராஜா" மற்றும் "ஒரு அக்கேமேனியன்" என்று குறிப்பிடுகிறது, இது அறிஞர்களின் கருத்துப்படி டேரியஸின் கீழ் பொறிக்கப்பட்டுள்ளது, மனைவியின் பெயர் மாண்டன் என்றும், காம்பிசெஸ் ஈரானின் ராஜா என்றும் வர்ணிக்கப்படுகிறார் (பண்டைய பெர்சியா). இவை சைரஸின் சொந்த கல்வெட்டுகளுடன் ஒத்துப்போகின்றன, ஏனெனில் அன்ஷான் மற்றும் பர்சா ஒரே நிலத்திற்கு வெவ்வேறு பெயர்கள். காம்பிசஸ் ஒரு ராஜா அல்ல, ஆனால் "நல்ல குடும்பத்தின் பெர்சியன்" என்று ஹெரோடோடஸின் ஒரு புள்ளியைத் தவிர, இவை மற்ற ஈரானியல்லாத கணக்குகளுடன் உடன்படுகின்றன. இருப்பினும், வேறு சில துண்டுகளில், ஹெரோடோடஸின் கணக்கு சிஷ்பிஷின் மகனின் பெயரிலும் தவறாக உள்ளது, அவரை கேம்பிசஸ் என்று அவர் குறிப்பிடுகிறார், ஆனால் நவீன அறிஞர்களின் கூற்றுப்படி, சைரஸ் இருக்க வேண்டும்.

தொல்பொருள் ஆராய்ச்சி மற்றும் பெஹிஸ்டன் கல்வெட்டு மற்றும் ஹெரோடோடஸ் வழங்கிய மரபியல் ஆகியவற்றின் அடிப்படையில் பாரம்பரிய பார்வை, சைரஸ் தி கிரேட் ஒரு அச்செமனிட் என்று கூறுகிறது. இருப்பினும், எம். வாட்டர்ஸ் சைரஸுக்கு அச்செமனிட்ஸ் அல்லது டேரியஸ் தி கிரேட் உடன் எந்தத் தொடர்பும் இல்லை என்றும், அவரது குடும்பம் அச்செமனிட்டைக் காட்டிலும் வெதுவெதுப்பான மற்றும் அன்ஷானைட் வம்சாவளியைக் கொண்டிருந்தது என்றும் பரிந்துரைத்தார்.

சைரஸ் கிமு 600-599 இல் அன்ஷானின் கிங் கேம்பிசஸ் I மற்றும் மீடியாவின் கிங் ஆஸ்டியேஜஸ் ஆகியோரின் மகளான மந்தனுக்குப் பிறந்தார்.

அவரது சொந்தக் கணக்கின்படி, இப்போது பொதுவாக துல்லியமாகக் கருதப்படுகிறது, சைரஸுக்கு முன்னால் அவரது தந்தை கேம்பிசஸ் I, தாத்தா சைரஸ் I மற்றும் கொள்ளு தாத்தா டெசிப்பஸ் ஆகியோர் ராஜாவாக இருந்தனர். சைரஸ் கசாண்டேனை மணந்தார் [மேற்கோள் தேவை] ஒரு அச்செமனிட் மற்றும் ∴பார்னேசிஸின் மகள், அவருக்கு இரண்டு மகன்கள், கேம்பிசஸ் II மற்றும் பார்டியா மற்றும் மூன்று மகள்கள், அட்டோசா, ஆர்டிஸ்டோன் மற்றும் ரோக்ஸேன் ஆகியோர் பிறந்தனர். [சான்று தேவை] சைரஸும் கசாண்டேனும் ஒருவரையொருவர் மிகவும் நேசிப்பதாக அறியப்பட்டனர் - சைரஸ் தனது வாழ்க்கையை விட்டு வெளியேறியதை விட, தன்னை விட்டுச் சென்றதை விட சோகமாக இருப்பதைக் கண்டதாக கசாண்டேன் கூறினார். அவரது மரணத்திற்குப் பிறகு, சைரஸ் ராஜ்யம் முழுவதும் பொது துக்கத்தை வலியுறுத்தினார். நபோனிடஸ் குரோனிக்கிள் கூறுகிறது, பாபிலோனியா கசாண்டேனுக்காக ஆறு நாட்கள் துக்கம் அனுசரித்தது, அவரது தந்தையின்

மரணத்திற்குப் பிறகு, சைரஸ் அஸ்தியேஜின் அடிமையான பாஸ்சர்கடேயில் பாரசீக சிம்மாசனத்தைப் பெற்றார். கிரேக்க வரலாற்றாசிரியர் ஸ்ட்ராபோ கூறுகையில், சைரஸ் முதலில் அக்ராடேட்ஸ் என்று அவரது மாற்றாந்தாய்களால் பெயரிடப்பட்டார். பெயரிடப்பட்ட மரபுகளைத் தொடர்ந்து, அவரது அசல் குடும்பத்துடன் மீண்டும் இணைந்த பிறகு, சைரஸின் தந்தை, கேம்பிசஸ் I, சைரஸ் என்ற அவரது தாத்தாவின் பெயரில் அவருக்கு சைரஸ் என்று பெயரிட்டார். ஸ்ட்ராபோவின் கணக்கும் உள்ளது, அதில் அக்ராடேட்ஸ் பாஸ்சர்கடாவுக்கு அருகிலுள்ள சைரஸ் நதிக்குப் பிறகு சைரஸ் என்ற பெயரை ஏற்றுக்கொண்டார்.

புராணம்

இளம் சைரஸைக் கொல்ல ஹார்பகஸை அனுப்பும் அரசர் ஆஸ்டியாஜின் படம்

ஹெரோடோடஸ் சைரஸின் ஆரம்பகால வாழ்க்கையைப் பற்றிய புராணக் கணக்கை வழங்குகிறார். இந்த கணக்கில், ஆஸ்டியாஜஸ் இரண்டு தீர்க்கதரிசன கனவுகளைக் கண்டார், அதில் ஒரு வெள்ளம், பின்னர் ஒரு தொடர் பழம்தரும் கொடிகள், அவரது மகள் மாண்டேயனின் இடுப்பிலிருந்து வெளிவந்து முழு ராஜ்யத்தையும் மூடியது. அவரது பேரன் ஒரு நாள் கிளர்ச்சி செய்து அவரை அரசராக பதவி நீக்கம் செய்வார் என்ற தீர்க்கதரிசனமாக இவை அவரது ஆலோசகர்களால் விளக்கப்பட்டன. சைரஸுடன் கர்ப்பமாக இருந்த மெண்டே, குழந்தையைக் கொல்வதற்காக மீண்டும் எக்படானாவுக்கு அழைத்தார். அவரது ஜெனரல் ஹார்பகஸ் இந்த பணியை ஆஸ்டியேஜின் மேய்ப்பவர்களில் ஒருவரான மித்ராடேட்ஸிடம் ஒப்படைத்தார், அவர் குழந்தைக்கு பாலூட்டினார் மற்றும் இறந்த குழந்தை சைரஸாக ஹார்பகஸுக்கு இறந்த மகனைக் கொடுத்தார். சைரஸ் ரகசியமாக வாழ்ந்தார், ஆனால் அவருக்கு 10 வயதாகும்போது, ஒரு மேய்ப்பனின் மகன் இதுபோன்ற செயலைச் செய்வது

கேள்விப்படாததால், ஆஸ்டியாஜஸ் சிறுவனை தனது நீதிமன்றத்திற்கு வரவழைத்து அவனையும் அவனது வளர்ப்புத் தந்தையையும் விசாரித்தார். மேய்ப்பனின் ஒப்புதல் வாக்குமூலத்திற்குப் பிறகு, ஆஸ்டியாஜஸ் சைரசை தனது உயிரியல் பெற்றோருடன் வாழ பெர்சியாவிற்கு அனுப்பினார். இருப்பினும், ஆஸ்டியாஜஸ் ஹார்பகஸின் மகனை வரவழைத்து பழிவாங்கினார். உணவுக்குப் பிறகு, ஆஸ்டியாஜின் வேலையாட்கள் ஹார்பகஸ் அவரது மகனின் தலை, கைகள் மற்றும் கால்களை தட்டுகளில் கொண்டு வந்தனர், அவர் அறியாமல் நரமாமிசம் செய்ததை அவருக்கு உணர்த்தினார்.

நியோ-பாபிலோனிய பேரரசு

கிமு 540 வாக்கில், சைரஸ் ஏலாம் மற்றும் அதன் தலைநகரான சூசாவைக் கைப்பற்றினார். நபோனிடஸ் குரோனிக்கிள், போருக்கு முன், நியோ-பாபிலோனியப் பேரரசின் ராஜாவான நபோனிடஸ், பாபிலோனிய நகரங்களில் இருந்து வழிபாட்டு சிலைகளை தலைநகருக்குக் கொண்டுவர உத்தரவிட்டார், இது 540 கி.மு. குளிர்காலத்தில் நடந்திருக்கலாம் என்று கூறுகிறது. அக்டோபர் 539 BC க்கு சற்று முன்பு, சைரஸ் பாபிலோனின் வடக்கே டைக்ரிஸில் உள்ள மூலோபாய ஆற்றங்கரை நகரமான ஓஃபிஸில் அல்லது அதற்கு அருகில் ஓஃபிஸ் போரில் ஈடுபட்டார். பாபிலோனிய இராணுவம் தோற்கடிக்கப்பட்டது மற்றும் அக்டோபர் 10 அன்று, சிப்பர் ஒரு சண்டையின்றி கைப்பற்றப்பட்டார், மக்களிடமிருந்து எந்த எதிர்ப்பும் இல்லை. ஓபிஸில் தோல்வியடைந்த பின்னர் சிப்பாருக்கு பின்வாங்கிய நபோனிடஸ், போர்சிப்பாவிற்கு தப்பிச் சென்றிருக்கலாம்.

கி.மு. 540 க்கு அருகில், பெரிய சைரஸ் பாபிலோன் படையெடுப்பதற்கு முன்பு

அக்டோபர் 12 ஆம் தேதி, பாரசீகத் தளபதி குப்ருவின் படைகள் பாபிலோனியப் படைகளின் எதிர்ப்பின்றி மீண்டும் பாபிலோனுக்குள்

நுழைந்தன, மேலும் நபோனிடஸைக் காவலில் எடுத்தனர். ஹெரோடோடஸ் இந்தச் சாதனையைச் செய்ய, பெர்சியர்கள், பாபிலோனிய ராணி நிடோக்ரிஸ், பாபிலோனை மீடியன் தாக்குதல்களில் இருந்து காக்க முன்பு தோண்டிய பள்ளத்தைப் பயன்படுத்தி, யூப்ரடீஸ் நதியை ஒரு கால்வாயாக மாற்றினர், இதனால் நீர்மட்டம் "ஒரு நடுப்பகுதியின் உயரத்திற்கு" வீழ்ச்சியயடைந்தது. மனிதனின் தொடை", தாக்குதல் படைகள் ஆற்றின் படுகையில் நேராக அணிவகுத்து இரவில் நுழைய அனுமதிக்கிறது. விரைவில், நபோனிடஸ் போர்சிப்பாவிலிருந்து திரும்பி சைரஸிடம் சரணடைந்தார். அக்டோபர் 29 அன்று, சைரஸ் பாபிலோன் நகருக்குள் நுழைந்தார்.சைரஸ் பாபிலோனை ஆக்கிரமிப்பதற்கு முன்பு, நியோ-பாபிலோனியப் பேரரசு பல ராஜ்யங்களைக் கைப்பற்றியது. பாபிலோனியாவைத் தவிர, சைரஸ் ஒருவேளை சிரியா, யூதேயா மற்றும் அரேபியா பெட்ரியா உள்ளிட்ட அதன் துணை-தேசிய நிறுவனங்களை தனது பேரரசில் இணைத்துக்கொண்டார், இருப்பினும் இந்தக் கருத்தை ஆதரிக்க நேரடி ஆதாரம் இல்லை.

பாபிலோனைக் கைப்பற்றிய பிறகு, சைரஸ் தி கிரேட் தன்னை "பாபிலோனின் ராஜா, சுமர் மற்றும் அக்காட்டின் ராஜா, உலகின் நான்கு

மூலைகளின் ராஜா" என்று பிரகடனப்படுத்தினார், பிரபலமான சைரஸ் சிலிண்டரில், முக்கிய பாபிலோனிய கடவுளான எசகிலாவுக்கு அர்ப்பணிக்கப்பட்ட ஒரு சிலிண்டரில் கோவிலின் அடித்தளத்தில் வைக்கப்பட்டது. சிலிண்டரின் உரை நபோனிடஸை துரோகியாக சித்தரிக்கிறது மற்றும் வெற்றி பெற்ற சைரஸை மார்டுக் கடவுளை மகிழ்விப்பதாக சித்தரிக்கிறது. சைரஸ் பாபிலோனிய குடிமக்களின் வாழ்க்கையை எவ்வாறு மேம்படுத்தினார், இடம்பெயர்ந்த மக்களை திருப்பி அனுப்பினார் மற்றும் கோவில்கள் மற்றும் வழிபாட்டு சரணாலயங்களை மீட்டெடுத்தார் என்பதை இது விவரிக்கிறது. சிலிண்டர் மனித உரிமைகள் சாசனத்தின் ஒரு வடிவத்தை பிரதிநிதித்துவப்படுத்துகிறது என்று சிலர் கூறினாலும், வரலாற்றாசிரியர்கள் பொதுவாக சீர்திருத்தங்களின் அறிவிப்புகளுடன் புதிய ஆட்சியாளர்களின் நீண்ட கால மெசபடோமிய பாரம்பரியத்தின் பின்னணியில் விளக்குகிறார்கள்.

சைரஸ் தி கிரேட் ஆட்சி உலகம் இதுவரை அறிந்திராத மிகப்பெரிய பேரரசை உருவாக்கியது. சைரஸின் ஆட்சியின் முடிவில், அச்செமனிட் பேரரசு மேற்கில் ஆசியா மைனரிலிருந்து கிழக்கில் சிந்து நதி வரை பரவியது.

மரணம்

சைரஸின் மரணம் பல்வேறு கணக்குகளில் விவரிக்கப்பட்டுள்ளது. மற்ற சித்தியன் வில்லாளர்கள் மற்றும் குதிரைப்படை மற்றும் இந்தியர்கள் மற்றும் அவர்களின் போர் யானைகளின் உதவியுடன் டெர்ப்ஸ் காலாட்படையின் எதிர்ப்பை அடக்கும் போது சைரஸ் இறந்ததாக தனது பெர்சிகாவில் மிக நீண்ட கணக்கை Ctesias கொடுக்கிறார். அவரது கூற்றுப்படி, இந்த சம்பவம் சிர் தர்யாவின் தலைப்பகுதிக்கு வடகிழக்கில் நடந்தது. இரண்டாவது மிக நீளமான கணக்கு ஹெரோடோடஸின் வரலாறுகளில் இருந்து வருகிறது, இதில் சைரஸ் மசாகெட்டேயுடன் கடுமையான போரில் இறந்தார், இது தெற்கு பாலைவனங்களான குவாரஸ்ம் மற்றும் கைசில் கும் ஆகியவற்றின் தெற்கு பாலைவனத்தைச் சேர்ந்த சித்தியன் பழங்குடியினரைச் சேர்ந்தது. தொழிற்சங்கம் அவரது ராஜ்யத்தை பாதுகாக்க இருந்தது, சைரஸ் முதலில் அவர்களின் ஆட்சியாளரான பேரரசி டோமிரிஸுடன் திருமணத்தை முன்மொழிந்தார், ஆனால் அவர் அந்த திட்டத்தை நிராகரித்தார்.

பின்னர் அவர்கள் Massagetae பிரதேசத்தை வலுக்கட்டாயமாக (சுமார் கி.மு. 529) கைப்பற்றும் முயற்சியைத் தொடங்கினர், ஆக்ஸஸ் நதி

அல்லது அமு தர்யாவில் பாலங்கள் மற்றும் உயர் போர்ப் படகுகளைக் கட்டுவதன் மூலம் தொடங்கி, அது அவர்களைப் பிரித்தது. அவனது அத்துமீறலை நிறுத்தும்படி ஒரு எச்சரிக்கையை அனுப்பினான் (எப்படியும் அவன் அலட்சியப்படுத்துவான் என்று அவள் எதிர்பார்த்தாள்), டோமிரிஸ் அவனிடமிருந்து ஒரு நாள் தொலைவில் ஆற்றில் இருந்து தன் படைகளைச் சந்திக்கும்படி சவால் விட்டான் , அங்கு அவனது இரு படைகளும் முறைப்படி ஒருவரையொருவர் எதிர்கொள்ளும். அவர் தனது வாய்ப்பை ஏற்றுக்கொண்டார், ஆனால், மசாகெட்டேவுக்கு மது மற்றும் அதன் போதைப் பழக்கம் இல்லை என்பதை அறிந்த அவர், தனது சிறந்த வீரர்களை தன்னுடன் அழைத்துச் சென்றார், மேலும் திறன் குறைந்தவர்களைக் கைவிட்டு, ஏராளமான மதுவைக் கொண்டு முகாமிட்டு விட்டுச் சென்றார்.டோமிரிஸின் இராணுவத்தின் ஜெனரல் ஸ்பார்காபீஸ்கள், மற்றும் மசாஜிடியன் வீரர்களில் மூன்றில் ஒரு பகுதியினர், சைரஸ் விட்டுச் சென்ற குழுவைக் கொன்றனர், மேலும் உணவு மற்றும் ஒயின் நிறைந்த முகாமைக் கண்டறிந்து, தங்களைத் தாங்களே தற்காத்துக் கொள்ளும் திறனைக் குறைத்தனர் ஒரு திடீர் தாக்குதலால் சூழப்பட்ட போது தங்களை. அவர்கள் வெற்றிகரமாக தோற்கடிக்கப்பட்டனர், மேலும் அவர் கைதியாக

பிடிக்கப்பட்டாலும், சுயநினைவு திரும்பிய பிறகு ஸ்பார்காபீஸ் தற்கொலை செய்து கொண்டார். என்ன நடந்தது என்பதை அறிந்ததும், டோமிரிஸ் சைரஸின் தந்திரோபாயங்களைக் கண்டித்து, பழிவாங்குவதாகச் சத்தியம் செய்தார், மேலும் இரண்டாவது அலை துருப்புக்களுக்கு தலைமை தாங்கி போரில் இறங்கினார். சைரஸ் தி கிரேட் இறுதியில் கொல்லப்பட்டார், அது முடிந்ததும், சைரஸின் உடலை தன்னிடம் கொண்டு வருமாறு டோமிரிஸ் உத்தரவிட்டார், பின்னர் அவரைத் துண்டித்து, அவரது தலையை ஒரு இரத்தப் பானையில் நனைத்தார், இது அவரது இரத்தக்களரி மற்றும் அவரது மகனின் மரணத்தின் அடையாளமாக இருந்தது பழிவாங்குதல். இருப்பினும், சில அறிஞர்கள் இந்த பதிப்பை கேள்விக்குள்ளாக்குகின்றனர், பெரும்பாலும் இந்த நிகழ்வு சைரஸின் மரணத்தின் பல பதிப்புகளில் ஒன்றாகும் என்று நம்பியதால், நம்பத்தகுந்ததாகக் கூறப்படும் ஒரு மூலத்திலிருந்து அவர் கேள்விப்பட்டார்.

ஹெரோடோடஸ், சைரஸ் தனது தூக்கத்தில் ஹிஸ்டாஸ்பஸின் (டேரியஸ் i) மூத்த மகனை தோளில் இறக்கைகளுடன் பார்த்ததாகவும், ஆசியாவை ஒரு இறக்கையிலும் மற்றொன்றால் ஐரோப்பாவையும் நிழலாடுவதாகவும் தெரிவிக்கிறார். தொல்பொருள் ஆய்வாளர் சர் மாக்ஸ் மல்லோவன் ஹெரோடோடஸின் இந்த

அறிக்கையையும், சைரஸ் தி கிரேட் நான்கு இறக்கைகள் கொண்ட அடிப்படை நிவாரண உருவத்துடன் அதன் தொடர்பையும் பின்வரும் வழியில் விளக்குகிறார்:எனவே, நான் யூகித்தபடி, இந்த வகை சிறகுகள் கொண்ட உருவத்திற்கும் ஈ-ரானிய அரச உருவத்திற்கும் இடையிலான நெருங்கிய தொடர்பை ஹெரோடோடஸ் அறிந்திருக்க வேண்டும், இது ஆக்ஸஸ் முழுவதும் அவரது இறுதி, அபாயகரமான பிரச்சாரம் சேர்க்கப்படுவதற்கு முன்பு ராஜாவின் மரணத்தை முன்னறிவிக்கும் கனவில் இருந்து பெற்றது.

முஹம்மது தண்டமாயேவ், பாரசீகர்கள் சைரஸின் உடலை மசாகெட்டேயிலிருந்து திரும்பப் பெற்றிருக்கலாம் என்று கூறுகிறார், இது ஹெரோடோடஸின் கூற்றுக்கு முரணானது.

மைக்கேல் தி சிரியன் (கி.பி. 1166-1199) க்ரோனிக்கிள் படி, சைரஸ் யூத சிறைப்பிடிக்கப்பட்ட 60 வது ஆண்டில், மசாகெடே (முக்சாடா) ராணியின் மனைவி டோமிரிஸால் கொல்லப்பட்டார்.

Xenophon இன் Cyropaedia இன் மாற்றுக் கணக்கு மற்றவற்றுடன் முரண்படுகிறது, சைரஸ் தனது தலைநகரில் அமைதியாக இறந்ததாகக்

கூறுகிறார். சைரஸின் மரணத்தின் இறுதிப் பதிப்பு பெரோஸ்ஸிடமிருந்து வந்தது, சைரஸ் சிர் தர்யாவின் தலைப்பகுதிக்கு வடமேற்கே டாஹே வில்லாளர்களுக்கு எதிராகப் போரிட்டபோது இறந்ததாக மட்டுமே தெரிவிக்கிறார்.

புதைக்கப்பட்டதுசைரஸின் கல்லறை

யுனெஸ்கோவின் உலக பாரம்பரிய தளமான ஈரானின் பசர்கடேயில் உள்ள சைரஸின் கல்லறை (2015)

சைரஸ் தி கிரேட் எச்சங்கள் அவரது தலைநகரான பசர்கடேவில் புதைக்கப்பட்டிருக்கலாம், அங்கு ஒரு சுண்ணாம்பு கல்லறை (கிமு 540-530 இல் கட்டப்பட்டது) இன்னும் உள்ளது, இது அவருடையது என்று பலர் நம்புகிறார்கள். அலெக்சாண்டரின் வேண்டுகோளின் பேரில் இரண்டு முறை கல்லறைக்குச் சென்ற கசாண்ட்ரியாவின் அரிஸ்டோபுலஸின் நேரில் கண்ட சாட்சிகளின் அறிக்கையின் அடிப்படையில், ஸ்ட்ராபோ மற்றும் அரியன் கல்லறையைப் பற்றி கிட்டத்தட்ட ஒரே மாதிரியான விளக்கங்களை வழங்குகிறார்கள். நகரம் இப்போது

இடிபாடுகளில் இருந்தாலும், சைரஸ் தி கிரேட் அடக்கம் செய்யப்பட்ட இடம் பெரும்பாலும் அப்படியே உள்ளது, மேலும் பல நூற்றாண்டுகளாக அதன் இயற்கை அரிப்பை எதிர்த்து கல்லறை ஓரளவு மீட்டெடுக்கப்பட்டது. புளூடார்ச்சின் கூற்றுப்படி, அவரது கல்வெட்டு பின்வருமாறு:

ஓ மனிதனே, நீ யாராக இருந்தாலும், எங்கிருந்து வந்தாலும், நீ வருவாய் என்று எனக்குத் தெரியும், பெர்சியர்களின் பேரரசை வென்ற சைரஸ் நான். எனவே என் எலும்புகளை மூடியிருக்கும் இந்த சேற்றைக் கண்டு பொறாமை கொள்ளாதீர்கள்.

பாபிலோனிலிருந்து வரும் கியூனிஃபார்ம் சான்றுகள், சைரஸ் கிமு 530 டிசம்பரில் இறந்தார் என்றும், அவருடைய மகன் இரண்டாம் கேம்பிசஸ் அரசரானார் என்றும் நிரூபிக்கிறது. காம்பிசஸ் தனது தந்தையின் விரிவாக்கக் கொள்கையைத் தொடர்ந்தார் மற்றும் எகிப்தை பேரரசுடன் இணைத்தார், ஆனால் ஏழு வருட ஆட்சிக்குப் பிறகு விரைவில் இறந்தார். பின்னர் அவருக்குப் பின் ஒரு ஏமாற்றுக்காரன் பர்தியா அல்லது பர்தியா என்று காட்டிக் கொண்டான், சைரஸின் இரண்டாவது மகன், அவர் டேரியஸ் தி கிரேட்டால் கொல்லப்படும் வரை ஏழு

மாதங்களுக்கு பெர்சியாவின் ஒரே ஆட்சியாளராளார்.

மொழிபெயர்க்கப்பட்ட பண்டைய ரோமானிய மற்றும் கிரேக்க கணக்குகள் வடிவியல் மற்றும் அழகியல் ஆகிய இரண்டிலும் கல்லறையின் தெளிவான விளக்கங்களை அளிக்கின்றன; கல்லறையின் வடிவியல் வடிவம் பல ஆண்டுகளாக மாறிவிட்டது, இன்னும் ஒரு பெரிய கல்லை நாற்கர வடிவில் வைத்திருக்கிறது, அதைத் தொடர்ந்து சிறிய செவ்வகக் கற்களின் பிரமிடு வரிசை, ஒரு சில அடுக்குகளுக்குப் பிறகு, அமைப்பு ஒரு கட்டிடத்தால் சுருக்கப்பட்டது கொடுக்கப்பட்ட, ஒரு பிரமிடு வடிவ கல்லால் ஆன ஒரு வளைவு கூரை மற்றும் பக்கத்தில் ஒரு சிறிய திறப்பு அல்லது ஜன்னல், அங்கு மெல்லிய மனிதன் அரிதாகவே நுழைய முடியும்.இந்த கட்டிடத்தின் உள்ளே ஒரு தங்க சர்கோபகஸ் இருந்தது, தங்க ஆதரவுடன் ஒரு மேஜையில் தங்கியிருந்தது, அதன் உள்ளே சைரஸ் தி கிரேட் உடல் வைக்கப்பட்டது. அவர் ஓய்வெடுக்கும் இடத்தில், சிறந்த பாபிலோனியப் பொருட்களால் செய்யப்பட்ட நாடாக்கள் மற்றும் திரைச்சீலைகள் சிறந்த இடைநிலை வேலைப்பாடுகளைப் பயன்படுத்தி இருந்தன; அவரது படுக்கையின் கீழ் ஒரு சிறந்த சிவப்பு கம்பளம் இருந்தது, அது

அவரது கல்லறையின் குறுகிய செவ்வக பகுதியை முடியது. மொழிபெயர்க்கப்பட்ட கிரேக்க கணக்குகள் மரங்கள் மற்றும் அலங்கார புதர்களால் சூழப்பட்ட வளமான பசர்கடே தோட்டங்களில் கல்லறையை வைக்கின்றன, "மேகி" என்று அழைக்கப்படும் அச்செமேனியன் காவலர்களின் குழு, கட்டிடத்தை திருட்டு அல்லது சேதத்திலிருந்து பாதுகாக்கிறது.

பல ஆண்டுகளுக்குப் பிறகு, அலெக்சாண்டர் தி கிரேட் பெர்சியா மீதான படையெடுப்பு மற்றும் மூன்றாம் டேரியஸின் தோல்வியைத் தொடர்ந்து ஏற்பட்ட குழப்பத்தில், சைரஸ் தி கிரேட் கல்லறை சூறையாடப்பட்டது மற்றும் அதன் பெரும்பாலான ஆடம்பரங்கள் சூறையாடப்பட்டன. அலெக்சாண்டர் கல்லறையை அடைந்ததும், கல்லறைக்கு செய்யப்பட்ட சிகிச்சையைப் பார்த்து பயந்து, மாகியை விசாரித்து அவர்களை நீதிமன்றத்திற்கு அழைத்துச் சென்றார். சில கணக்குகளின்படி, மாகியை விசாரணைக்கு உட்படுத்த அலெக்சாண்டரின் முடிவு சைரஸின் கல்லறையின் மீதான அக்கறையை விட அவர்களின் செல்வாக்கைக் குறைப்பது மற்றும் புதிதாக கைப்பற்றப்பட்ட பேரரசில் அதிகாரத்தை வெளிப்படுத்துவது பற்றியது. இருப்பினும், அலெக்சாண்டர் சைரஸைப் பாராட்டினார்,

அதைப் பொருட்படுத்தாமல், அலெக்சாண்டர் பெர்செபோலிஸை ஆறு ஆண்டுகளுக்கு முன்பு (கி.மு. 330) பதவி நீக்கம் செய்தார், சைரஸ் அந்த இடத்தைத் தேர்ந்தெடுத்து, கிரேக்க சார்பு பிரச்சாரத்தின் வடிவமாக அல்லது செல்வாக்கின் கீழ் அதை எரிக்க உத்தரவிட்டார். மது குடித்துவிட்டு தீ வைத்தான். படையெடுப்புகள், உள் பிளவுகள், அடுத்தடுத்த பேரரசுகள், ஆட்சி மாற்றங்கள் மற்றும் புரட்சிகள் மூலம் இந்த கட்டிடம் காலத்தின் சோதனையாக நிற்கிறது. 2,500 ஆண்டு முடியாட்சியைக் கொண்டாடியபோது, பாரசீகத்தின் கடைசி அதிகாரபூர்வ மன்னரான முகமது ரேசா பஹ்லவி (ஈரானின் ஷா) கல்லறைக்கு கவனத்தை ஈர்த்த கடைசி பெரிய பாரசீக நபர். அலெக்சாண்டர் தி கிரேட் போலவே, ஈரானின் ஷாவும் சைரஸின் பாரம்பரியத்தைப் பயன்படுத்தி தனது ஆட்சியை நீட்டிப்பு மூலம் சட்டப்பூர்வமாக்க முயன்றார். ஐக்கிய நாடுகள் சபையானது சைரஸ் தி கிரேட் கல்லறை மற்றும் பசர்கடேவை யுனெஸ்கோ உலக பாரம்பரிய தளமாக அங்கீகரித்துள்ளது.

பிரிட்டிஷ் வரலாற்றாசிரியர் சார்லஸ் ஃப்ரீமேன், "அவரது சாதனைகளின் வீச்சு மற்றும் அகலத்தில் [சைரஸ்] 320களில் [அச்செமனிட்] பேரரசை சிதைக்க இருந்த மாசிடோனிய மன்னரான அலெக்சாண்டரை விஞ்சினார், ஆனால் நிலையான மாற்றீடு வழங்குவதில் தோல்வியயடைந்தார்." தாமஸ் ஜெபர்சன், முகமது ரெசா பஹ்லவி மற்றும் டேவிட் பென்-குரியன் உள்ளிட்ட பலருக்கு சைரஸ் தனிப்பட்ட ஹீரோவாக இருந்துள்ளார்.

பண்டைய காலத்தில் சைரஸ் தி கிரேட் செய்த சாதனைகள் இன்று அவர் நினைவுகூரப்படும் விதத்தில் பிரதிபலிக்கிறது. அவரது சொந்த தேசமான ஈரானியர்கள் அவரை "தந்தை" என்று கருதினர், சைரஸின் காலத்தில் அவர் கைப்பற்றிய பல நாடுகளால் பயன்படுத்தப்பட்ட அதே தலைப்பு, ஜெனோஃபோனின் கூற்றுப்படி:

மேலும் அவர் தனக்கு கீழ் பணியாற்றியவர்களை மரியாதையுடனும் மரியாதையுடனும் நடத்தினார், அதே சமயம் அவரது குடிமக்களே சைரஸை "தந்தை" என்று கருதினர். அவருக்கு கீழ் இருப்பவர்களிடமிருந்து "அப்பா"? ஏனென்றால், இந்த பெயர் கொடுப்பவருக்கு அல்ல, பறிப்பவருக்கு அல்ல என்பது தெளிவான உண்மை!பாபிலோனியர்கள் அவரை ஒரு

"விடுதலையாளர்" என்று கருதினர், ஏனெனில் அவர்கள் தங்கள் முந்தைய ஆட்சியாளரான நபோனிடஸ் செய்த தியாகத்தால் கோபமடைந்தனர்.

எஸ்ராவின் புத்தகம் சைரஸின் முதல் ஆண்டில் நாடுகடத்தப்பட்டவர்களின் முதல் வருகையின் கதையைச் சொல்கிறது, அதில் சைரஸ் அறிவிக்கிறார்: "பரலோகத்தின் தேவனாகிய கர்த்தர் பூமியின் எல்லா ராஜ்யங்களையும் எனக்குக் கொடுத்தார், அவர் எனக்குக் கட்டளையிட்டார், 'நான் யூதாவின் எருசலேமுக்குச் செல்வேன், நான் அவனுக்கு ஒரு கட்டிடத்தைக் கட்டட்டும்." (எஸ்ரா 1:2)

சைரஸ் ஒரு அரசியல்வாதி மற்றும் ஒரு சிப்பாய் என சமமாக வேறுபடுத்தப்பட்டார். அவர் உருவாக்கிய அரசியல் கட்டமைப்பின் காரணமாக, அச்செமனிட் பேரரசு அவரது மரணத்திற்குப் பிறகும் நீடித்தது.
சைரஸின் ஆட்சியின் கீழ் பெர்சியாவின் எழுச்சி ஈரானிய தத்துவம், இலக்கியம் மற்றும் மதத்தின் வடிவங்கள் உட்பட உலக வரலாற்றில் ஆழமான தாக்கத்தை ஏற்படுத்தியது.

பல ஈரானிய வம்சங்கள் மற்றும் அச்செமனிட் பேரரசைத் தொடர்ந்து அவர்களின் மன்னர்கள்

தங்களை சைரஸ் தி கிரேட் வாரிசுகளாகக் கண்டனர் மற்றும் சைரஸ் தொடங்கிய வரிசையைத் தொடருமாறு கூறினர். இருப்பினும், சசானிட் வம்சத்திற்கும் இது இருந்ததா என்பதில் அறிஞர்களிடையே மாறுபட்ட கருத்துகள் உள்ளன.

அலெக்சாண்டர் தி கிரேட் சைரஸ் தி கிரேட் அவர்களால் ஈர்க்கப்பட்டார் மற்றும் போற்றப்பட்டார், சிறு வயதிலிருந்தே ஜெனோஃபோனின் சைரோபீடியாவைப் படித்தார், இது சைரஸின் போர் மற்றும் ஆட்சியில் வீரம் மற்றும் ஒரு ராஜா மற்றும் சட்டமன்ற உறுப்பினராக அவரது திறன்களை விவரிக்கிறது. பசர்கடேவுக்கு அவர் விஜயம் செய்தபோது, சைரஸின் கல்லறையின் உள் அறையை அலங்கரிக்குமாறு அரிஸ்டோபுலஸுக்கு உத்தரவிட்டார்.ஐஸ்லாந்து மற்றும் காலனித்துவ அமெரிக்கா போன்ற தொலைதூர நாடுகளிலும் சைரஸின் மரபு உணரப்பட்டது. பல சிந்தனையாளர்கள் மற்றும் கிளாசிக்கல் பழங்கால ஆட்சியாளர்கள் மற்றும் மறுமலர்ச்சி மற்றும் அறிவொளி சகாப்தங்கள் மற்றும் அமெரிக்காவின் முன்னோர்கள் சைரஸ் தி கிரேட் சைரோபீடியா போன்ற படைப்புகள் மூலம் உத்வேகத்தை நாடினர். எடுத்துக்காட்டாக, தாமஸ் ஜெபர்சன் சைரோபீடியாவின் இரண்டு

பிரதிகளை வைத்திருந்தார், அவற்றில் ஒன்று முதல் பக்கங்களில் இணையான கிரேக்க மற்றும் லத்தீன் மொழிபெயர்ப்புகளைக் கொண்டிருந்தது, இது அமெரிக்காவின் சுதந்திரப் பிரகடனத்தின் வரைவு பற்றிய கணிசமான அடையாளங்களைக் காட்டியது.

பேராசிரியர் ரிச்சர்ட் நெல்சன் ஃப்ரையின் கூற்றுப்படி, சைரஸ் - வெற்றியாளர் மற்றும் நிர்வாகியாக அவரது திறன்கள் அச்செமனிட் பேரரசின் நீண்ட ஆயுள் மற்றும் சக்தியால் சான்றளிக்கப்பட்டவை, ஃப்ரையின் கூற்றுப்படி - ரோமுலஸ் மற்றும் ரெமுஸ் போன்ற பெர்சியர்களிடையே கிட்டத்தட்ட புராண பாத்திரத்தை வகித்தது. இஸ்ரவேலர்கள் மோசஸைப் போல", "பழங்கால உலகில் பிற இடங்களிலிருந்து வந்த ஹீரோக்கள் மற்றும் வெற்றியாளர்களின் கதைகளைப் பின்தொடர்கிறது." ஃப்ரை எழுதுகிறார், "அவர் பண்டைய காலங்களில் ஒரு ஆட்சியாளரிடம் எதிர்பார்க்கப்பட்ட உன்னத குணங்களை அடையாளப்படுத்தினார், மேலும் அவர் ஒரு வெற்றியாளராக வீர குணங்களை ஏற்றுக்கொண்டார், அவர் சகிப்புத்தன்மையும் தாராளமும் அதே போல் தைரியமும் தைரியமும் கொண்டவர், கிரேக்கர்கள் அதைப் பார்த்த விதம், அது அவர்களைப் பாதித்தது

மற்றும் அலெக்சாண்டர் தி கிரேட், மற்றும், பாரம்பரியம் ரோமானியர்களால் கடத்தப்பட்டதால், அது இன்றும் நம் சிந்தனையில் செல்வாக்கு செலுத்துவதாகக் கருதலாம்."அவரது ஆட்சியை அலெக்சாண்டர் தி கிரேட், ஜூலியஸ் சீசர், தாமஸ் ஜெபர்சன் போன்ற பல பெரிய தலைவர்கள் ஆய்வு செய்து பாராட்டினர்.

பைபிளில் சைரஸ் தி கிரேட் மற்றும் குரானில் சைரஸ் தி கிரேட்

பியர் பிரையன்ட் எழுதினார், எங்களிடம் போதிய தகவல் இல்லாததால், "சைரஸின் மதம் என்னவாக இருக்கும் என்பதைக் கண்டறிய முயற்சிப்பது மிகவும் கவனக்குறைவாகத் தெரிகிறது." அவர் ஒரு ஜோராஸ்ட்ரியராக இருந்தாரா அல்லது ஜோராஸ்ட்ரியனிசம் அதன் பின்னர் அச்செமனிட் பேரரசின் அரச மதமாக மாறியதா என்பதும் விவாதிக்கப்படுகிறது. சைரஸின் குடும்ப உறுப்பினர்களில் சிலரின் பெயர்கள் மற்றும் ஏசாயா 40-48 மற்றும் சோனட்டில் உள்ள சைரஸின் விளக்கம் ஆகியவற்றுக்கு இடையே உள்ள ஒற்றுமைகள் இதற்கு ஆதரவான சான்றுகள். இந்த ஆய்வறிக்கைக்கு எதிராக சைரஸ் உள்ளூர் பலதெய்வ வழிபாட்டு முறைகளை எவ்வாறு கையாண்டார், அவர்களின் கடவுள்களை ஏற்றுக்கொண்டார் மற்றும் அவர்களின் கோவில்கள் மற்றும் பிற புனித தளங்களை நிறுவுவதற்கு நிதி அளித்தார், அத்துடன் ஜோராஸ்ட்ரியனிசத்தை நிறுவிய ஈரானிய தீர்க்கதரிசி ஜோராஸ்டரின் செயல்பாட்டின் தாமதமான குறிப்பு.

சிறுபான்மை மதங்களை நடத்துவது தொடர்பான சைரஸின் கொள்கைகள் பல வரலாற்றுக்

கணக்குகளில், குறிப்பாக பாபிலோனிய நூல்கள் மற்றும் யூத ஆதாரங்களில் ஆவணப்படுத்தப்பட்டுள்ளன. சைரஸ் தனது பரந்த சாம்ராஜ்யம் முழுவதும் மத சகிப்புத்தன்மையின் பொதுவான கொள்கையை ஏற்றுக்கொண்டார். இது ஒரு புதிய கொள்கையா அல்லது பாபிலோனியர்கள் மற்றும் அசிரியர்கள் (லெஸ்டர் கிராப் நம்புவது போல்) பின்பற்றிய கொள்கைகளின் தொடர்ச்சியா என்பது சர்ச்சைக்குரியது. அவர் பாபிலோனியர்களுக்கு அமைதியைக் கொண்டுவந்தார், மேலும் அவரது படைகளை கோயில்களிலிருந்து விலக்கி வைத்து, பாபிலோனிய கடவுள்களின் சிலைகளை அவர்களின் சரணாலயங்களில் மீட்டெடுத்ததாகக் கூறப்படுகிறது.

சைரஸின் ஆட்சியின் போது மதம் மற்றும் சடங்குகள் பற்றிய தகவல்கள் செனோபோனின் சைரோபீடியா, ஹெரோடோடஸின் வரலாறுகள் மற்றும் கல்வெட்டுகளிலிருந்தும் கிடைக்கின்றன, இருப்பினும் இவை பிற்காலத்தில் எழுதப்பட்டவை, எனவே எச்சரிக்கையுடன் பயன்படுத்தப்பட வேண்டும்.

சைரஸ் சிலிண்டர் சைரஸின் பெயரில் இயற்றப்பட்டது, அதில் அவர் முதல் நபர் பேச்சாளராக இருந்தார். சிலிண்டர் மிகவும் மதமானது மற்றும் மார்டுக் கடவுளின் தலையீட்டைச் சுற்றி கட்டப்பட்டுள்ளது. உரையின் தொடக்கத்தில் மார்டுக் பாராட்டப்படுகிறார், சமீபத்திய வரலாற்றில் நடந்த பலவற்றிற்கு நேரடித் தலையீடு காரணமாகக் கருதப்படுகிறது, மேலும் அவரது முன்னோடி நபோனிடஸின் தவறுகளைத் திருத்தும் நோக்கத்துடன் சைரஸை எகிப்துக்கு அனுப்பியவர் மார்டுக். அழைப்புகள். மேலும், சைரஸ் மர்டுக்கின் வழிபாட்டு முறைக்கு மட்டுமல்ல, உள்ளூர் வழிபாட்டு முறைகளுக்கும் அஞ்சலி செலுத்துகிறார். உருக்கின் ஒரு கல்வெட்டு "(சைரஸ்) எசங்கிலையும் ஏகிடாவையும் நேசித்தார்" என்று கூறுகிறது, அதே சமயம் ஊரிலிருந்து வரும் மற்றொரு கல்வெட்டில் அவர் "தெய்வங்களை அவர்களின் கோவில்களுக்குத் திருப்பி அனுப்பினார்" என்று குறிப்பிடுகிறது. பாபிலோனிய அல்லது சிப்பர் கூடுதல் நம்பகமான தகவல்கள் சைரஸின் கல்லறையைச் சுற்றியுள்ள இறுதி சடங்குகளில் இருந்து வரலாம், அவை மித்ராஸைக் கௌரவிக்கும் சலுகை பெற்ற வழிபாட்டு முறையை சுட்டிக்காட்டுகின்றன. பசர்கடேயில் இருந்து ஒரு அடிப்படை நிவாரணத்தில்

சித்தரிக்கப்பட்ட உருவத்தை சிலர் மித்ராஸ் என்று அடையாளம் கண்டுள்ளனர், இது சைரஸின் இந்த தெய்வத்தின் மீதான மரியாதையை மேலும் பிரதிபலிக்கிறது. சைரஸுக்கும் மித்ராஸுக்கும் உள்ள தொடர்பைக் கூடுதல் சான்றுகள் மேலும் சுட்டிக்காட்டுகின்றன.

யூத வேதங்கள்

இரண்டாம் நேபுகாத்நேச்சரால் ஜெருசலேம் அழிக்கப்பட்ட பின்னர் பாபிலோனில் நாடுகடத்தப்பட்டபோது யூதர்களை சைரஸ் நடத்திய விதத்தை பைபிள் தெரிவிக்கிறது. சைரஸ், யெகோவாவை "தெரியாது" என்று கூறப்பட்டாலும், நேர்மறையாகவும், யெகோவாவின் முகவராகவும் சித்தரிக்கப்படுகிறார் (ஏசாயா 45:4-5).

யூத பைபிளின் Ketuvim இரண்டாம் நாளாகமத்தில் முடிவடைகிறது, சைரஸின் ஆணையானது, பாபிலோனிலிருந்து வாக்களிக்கப்பட்ட தேசத்திற்குக் கோவிலை மீண்டும் கட்டுவதற்கான ஆணையத்துடன் திருப்பி அனுப்பப்பட்டது.

பெர்சியாவின் ராஜாவான சைரஸ் சொன்னார்: பரலோகத்தின் தேவனாகிய யெகோவா பூமியின் எல்லா ராஜ்யங்களையும் எனக்குக் கொடுத்திருக்கிறார்; யூதாவிலுள்ள எருசலேமில் அவருக்கு ஒரு வீட்டைக் கட்டும்படி அவர் எனக்குக் கட்டளையிட்டார். உங்களில் அவருடைய ஜனங்கள் எல்லாரிலும், அதாவது அவருடைய தேவனாகிய யெகோவாவோடு

இருப்பவர் எவனோ, அவன் அங்கே போகட்டும். - (2 நாளாகமம் 36:23)

இந்த கட்டளை எஸ்ரா புத்தகத்திலும் முழுமையாக மீண்டும் உருவாக்கப்பட்டுள்ளது.சைரஸ் ராஜாவின் ஆட்சியின் முதல் ஆண்டில், சைரஸ் ராஜா ஒரு ஆணையை வெளியிட்டார்: "எருசலேமில் உள்ள கடவுளின் ஆலயத்தைப் பற்றி, பலி செலுத்தப்படும் ஆலயம் மீண்டும் கட்டப்பட்டு அதன் அடித்தளம் பராமரிக்கப்பட வேண்டும், அதன் உயரம் 60 முழமும் அகலமும் இருக்க வேண்டும். 60 முழம், நேபுகாத்நேச்சார் எருசலேம் கோவிலில் இருந்து எடுத்துச் சென்ற தங்கம் மற்றும் வெள்ளிப் பாத்திரங்களின் கருவூலத்திலிருந்து செலுத்தப்பட வேண்டும்; கடவுள்." - (எஸ்ரா 6:3–5)

யூதர்கள் அவரை கண்ணியமான மற்றும் நீதியுள்ள அரசராகக் கருதினர். ஒரு விவிலியப் பத்தியில், ஏசாயா அவரை மேசியா (அதாவது "அவரது அபிஷேகம் செய்யப்பட்டவர்") என்று குறிப்பிடுகிறார் (ஏசாயா 45:1), அவரை அப்படிக் குறிப்பிடப்படும் ஒரே புறஜாதியாக்கினார். ஏசாயாவின் மற்றுமொரு இடத்தில், கடவுள், "நான் என் நீதியில் சைரஸை எழுப்புவேன்: நான்

அவனுடைய வழிகளையெல்லாம் செம்மையாக்குவேன். என் நகரத்தை மீண்டும் கட்டியெழுப்புவார், என் நாடுகடத்தப்பட்டவர்களை விடுவிப்பார், ஆனால் விலையோ வெகுமதியோ இல்லாமல், எல்லாம் வல்ல கடவுள் கூறுகிறார். " (ஏசாயா 45:13) வாசகம் காட்டுவது போல், சைரஸ் இறுதியில் இஸ்ரவேல் தேசத்தை அதன் நாடுகடத்தலில் இருந்து இழப்பீடு அல்லது காணிக்கை இல்லாமல் விடுவித்தார். இந்த குறிப்பிட்ட பத்திகள் (ஏசாயா 40-55, பெரும்பாலும் டியூடெரோ-ஏசாயா என குறிப்பிடப்படுகின்றன) பாபிலோனிய நாடுகடத்தலின் முடிவில் (சுமார் கிமு 536) மற்றொரு எழுத்தாளரால் சேர்க்கப்பட்டதாக பெரும்பாலான நவீன விமர்சன அறிஞர்களால் கருதப்படுகிறது.

முதல் நூற்றாண்டு யூத வரலாற்றாசிரியர் ஜோசிஃபஸ், யூதர்களின் பண்டைய வரலாறு, புத்தகம் 11, அத்தியாயம் 1 இல் ஏசாயாவில் உள்ள சைரஸின் தீர்க்கதரிசனத்தைப் பற்றிய யூதர்களின் பாரம்பரிய பார்வையை கூறுகிறார்:

நம் மக்கள் தங்கள் சொந்த நாட்டிலிருந்து துரத்தப்பட்டு பாபிலோனுக்கு அனுப்பப்பட்ட நாளிலிருந்து எழுபதாம் ஆண்டான சைரஸின் ஆட்சியின் முதல் ஆண்டில், கடவுள் தீர்க்கதரிசி

மூலம் வெளிப்படுத்தியபடி, இந்த ஏழைகளின் சிறைப்பிடிப்பையும் துன்பத்தையும் மன்னித்தார். அவர்கள் நேபுகாத்நேச்சரையும் அவருடைய சந்ததியையும் சேவித்து, எழுபது வருடங்கள் அடிமைத்தனத்தைச் சகித்திருந்தபோது, அவர்களைத் தங்கள் மூதாதையரின் தேசத்திற்குத் திரும்பக் கொண்டுவந்து, அவர்கள் தங்கள் ஆலயத்தைக் கட்டி மகிழ்வார்கள் என்று எரேமியா நகரம் அழிக்கப்படுவதற்கு முன்பு தீர்க்கதரிசனம் உரைத்தார். அதன் பண்டைய செழிப்பு. தேவன் அவர்களுக்கு இவற்றைக் கொடுத்தார்; அது சைரஸின் மனதைத் தூண்டி, ஆசியா முழுவதும் எழுதும்படிச் செய்தது: "கிங் சைரஸ் இவ்வாறு கூறினார்: சர்வவல்லமையுள்ள கடவுள் என்னை வாழக்கூடிய பூமியின் ராஜாவாக நியமித்ததால், அவர் இஸ்ரவேல் தேசம் வணங்கும் கடவுள் என்று நான் நம்புகிறேன். அவர் தீர்க்கதரிசிகள் மூலம் என் பெயரைக் குறித்துத் தீர்க்கதரிசனம் உரைத்திருக்கிறார், யூதேயா தேசத்தில் எருசலேமில் அவருக்கு ஒரு வீட்டைக் கட்டுவேன். ஏசாயா விட்டுச் சென்ற தீர்க்கதரிசனங்களின் புத்தகத்தைப் படித்ததன் மூலம் சைரஸ் இதைப் பற்றி அறிந்து கொண்டார்; ஏனென்றால், கடவுள் தன்னிடம் ஒரு இரகசியத் தரிசனத்தில் இப்படிப் பேசியதாக இந்தத் தீர்க்கதரிசி சொன்னார்: "நான் பல பெரிய

தேசங்களுக்கு ராஜாவாக்கிய சைரஸை நான் விரும்புகிறேன்.என் மக்களை அவர்கள் சொந்த நாட்டிற்கு அனுப்பி, என் கோவிலைக் கட்டுங்கள்" என்று நூற்று நாற்பது ஆண்டுகளுக்கு முன்பு ஏசாயா தீர்க்கதரிசனம் உரைத்தார். அதன்படி, சைரஸ் அதைப் படித்து, தெய்வீக சக்தியைப் புகழ்ந்தபோது, அவருக்கு ஒரு வலுவான ஆசை எழுந்தது. மேலும் எழுதப்பட்டதை நிறைவேற்றும் லட்சியம், அதனால் அவர் பாபிலோனில் வசிக்கும் மிகவும் பிரபலமான யூதர்களை அழைத்து, அவர்களின் சொந்த நாட்டிற்குத் திரும்பவும், அவர்களின் நகரமான ஜெருசலேமையும் கடவுளின் ஆலயத்தையும் மீண்டும் கட்டுவதற்கு அவர் அனுமதித்தார். அவர்கள் தங்கள் தேசமான யூதேயாவின் அண்டை நாடுகளின் ஆட்சியாளர்களுக்கும் ஆளுநர்களுக்கும் அவர் கோவிலைக் கட்டுவதற்கு பொன்னையும் வெள்ளியையும் கொடுக்க வேண்டும் என்று எழுதுவார்.

தனாக்கில் சைரஸ் பாராட்டப்பட்டாலும் (ஏசாயா 45:1-6 மற்றும் எஸ்ரா 1:1-11), யூதர்களிடம் அவர் பொய் சொன்னதால் யூதர்களால் விமர்சிக்கப்பட்டார், அவர்கள் இரண்டாம் கோவிலின் கட்டுமானத்தை நிறுத்த விரும்பினர். யூதர்கள் ஒரு கிளர்ச்சியைத் திட்டமிட்டதாக அவர் குற்றம் சாட்டினார், எனவே சைரஸ் கட்டுமானத்தை நிறுத்தினார், இது கிமு 515 வரை,

டேரியஸ் I இன் ஆட்சியின் போது முடிக்கப்படவில்லை.

பைபிளின் படி, ஜெருசலேமில் கோவில் கட்டுவதை நிறுத்துவதில் உறுதியாக இருந்தவர் அரசர் அர்தக்செர்க்ஸ். (எஸ்ரா 4:7–24)

சைரஸ் மதம்

சைரஸ் ஒரு ஜோராஸ்ட்ரியன் என்று அடிக்கடி கருதப்பட்டாலும், அவரை ஜரதுஸ்ட்ராவைப் பின்பற்றுபவர் அல்லது அஹூரா மஸ்டாவை வணங்குபவர் என்று விவரிக்கும் சமகால ஆதாரங்கள் எதுவும் இல்லை. உண்மையில், ஜோராஸ்ட்ரியனிசம், இன்று நமக்குத் தெரியும், அவர் வாழ்ந்த காலத்தில் கூட இருந்திருக்காது. ஜோராஸ்ட்ரியனிசத்துடன் தொடர்புடைய நம்பிக்கைகள் மற்றும் நடைமுறைகள் சாசானிய காலம் முடியும் வரை தரப்படுத்தப்படவில்லை. அதற்கு முன்பு மரபுவழி இல்லை மற்றும் ஈரானிய மக்கள் பரந்த அளவிலான தளர்வான இணைக்கப்பட்ட நம்பிக்கைகள் மற்றும்

நடைமுறைகளைப் பின்பற்றினர். அஹூரா மஸ்டா பல ஈரானிய கடவுள்களில் ஒருவர் மற்றும் ஜராதுஸ்ட்ரா ஒரு தீர்க்கதரிசி ஆவார், அவர் மற்ற அனைவருக்கும் அஹூரா மஸ்டாவை ஆதரித்தார். இதைக் கருத்தில் கொண்டு, சைரஸ் ஈரானிய பாரம்பரிய தெய்வங்களை வணங்கி வளர்ந்த பலதெய்வவாதியாக இருக்கலாம். ஈரானிய சத்தியக் கடவுளான மித்ரா மீது சத்தியம் செய்ததாக ஜெனோஃபோன் விவரிக்கிறார், ஆனால் அவர்கள் வேறு நோக்கங்களுக்காக மற்ற கடவுள்களிடம் திரும்பியிருக்கலாம். எனவே, பாபிலோனியக் கடவுள்களான மார்டுக் மற்றும் நாபு ஆகியோருக்கு சைரஸ் பலியிடுவதில் நாம் ஆச்சரியப்பட வேண்டியதில்லை. தாங்கள் கைப்பற்றிய நாடுகளின் தெய்வங்களைச் சமாதானப்படுத்தும் வழி இதுவாகும்.

சைரஸ் II தி கிரேட்

சைரஸ் II தி கிரேட் (கிரேக்கர்களால் சைரஸ் தி எல்டர் என்றும் அறியப்படுகிறார்; பிறந்தது கி.மு. 600, கி.மு. 530 இல் இறந்தார்) அச்செமனிட் பேரரசின் நிறுவனர் ஆவார்.

பிறப்பு மற்றும் ஆரம்ப வாழ்க்கை.
சைரஸின் மூதாதையர்கள் பல தலைமுறைகளாக பாரசீக பழங்குடியினரை ஆண்டார்கள் என்பது அவர்களின் கல்வெட்டுகள் மற்றும் சமகால வரலாற்று அறிக்கைகள் இரண்டிலிருந்தும் தெளிவாகிறது. பசர்கடே சைரஸ் தனது கல்வெட்டுகளில் "நான் குருஸ் ராஜா, ஒரு அச்செமனிட்," "குருஸ், பெரிய ராஜா, ஒரு அச்செமனிட்," அல்லது "குருஸ், பெரிய ராஜா, கம்பூசியா மன்னரின் மகன், ஒரு அச்செமனிட்" (கென்ட், பழையது பாரசீகம், பக்கம் 116, பாபிலோனிய நகரத்திலிருந்து, "கம்புசியாவின் மகன், 194 வரிகள் 1-3" என்று தொடங்குகிறது (பார்க்க iv, கீழே) பாபிலோனிலிருந்து மீண்டு, சைரஸ் தன்னை "காம்பைசஸின் மகன், பெரிய ராஜா, அன்ஷானின் ராஜா, சைரஸின் பேரன், பெரிய ராஜா, ராஜா ... ஒரு குடும்பத்தின் ராஜா" என்று விவரிக்கிறார் (பெர்கன் பக். 197-98 , வரிகள் 20-22).

சைரஸ் அரச பரம்பரையைச் சேர்ந்தவர் என்பதையும் ஹெரோடோடஸ் (7.11) அறிந்திருந்தார். அவர் (1.107-08) மற்றும் Xenophon (Cyropaedia 1.2.1) படி, இருவரும் பாரசீக மரபுகளை மேற்கோள் காட்டி, ராஜா பாரசீக காம்பிசஸ் I மற்றும் சக்திவாய்ந்த மீடியன் அரசர் ஆஸ்டியாஜின் மகள் மாண்டேன் ஆகியோருக்கு இடையேயான ஒன்றியத்தில் பிறந்தார். எக்படானா. பெரும்பாலான நவீன அறிஞர்கள் இந்த பதிப்பை நம்பகமானதாகக் கருதுகின்றனர் (உதாரணமாக, கேமரூன், ப. 224; ஆனால் பாலி-விஸ்ஸோவா, துணை XII, பத்தி 1025 ஐ ஒப்பிடுக). சிசரோ (De Divination 1.23.46), கிரேக்க வரலாற்றாசிரியர் டினோனைப் பின்பற்றி, சைரஸ் நாற்பது வயதில் அரசரானார், பின்னர் முப்பது ஆண்டுகள் ஆட்சி செய்தார் என்று தெரிவிக்கிறது. கிமு 530 இல் சைரஸ் இறந்ததிலிருந்து. எனவே அவர் கிமு 600 இல் பிறந்தார். கிமு 559 இல் நடந்திருக்க வேண்டும். கிமு 125 இல் அவர் தனது தந்தைக்குப் பிறகு பெர்சியாவின் அரசராக பதவியேற்றிருப்பார் (ஸ்ட்ரோனாக், ப. 286ஐ ஒப்பிடுக).சைரஸின் பிறப்பு மற்றும் ஆரம்ப ஆண்டுகள் குறித்து பல முரண்பாடான கதைகள் பரப்பப்பட்டன. Xenophon (Cyropaedia 1.2.1; cf. 1.4.25) பெர்சியர்களிடையே பிரபலமான ஒரு கதையைச் சொன்னார். டினோன், டியோடோரஸ் சிகுலஸ், ஸ்ட்ராபோ

மற்றும் ஜஸ்டின் ஆகியோரால் சொல்லப்பட்ட கதைகள் அனைத்தும் கிமு 5-4 ஆம் நூற்றாண்டுகளில் ஹெரோடோடஸ் மற்றும் செட்சியாஸ் சொன்ன கதைகளுடன் தொடர்புடையவை (டி'யாகோனோவ், பக். 417-24). ஹெரோடோடஸ் (1.95) சைரஸின் தோற்றம் பற்றி நான்கு கதைகளை அறிந்திருந்தார், இருப்பினும் அவர் மிகவும் நம்பகமானதாகக் கருதிய கதையை மட்டுமே கூறினார்; இதில் நாட்டுப்புறக் கூறுகளும் அடங்கும். இந்த பதிப்பில், ஆஸ்டியாஜஸ் ஒரு கனவைக் கண்டதாகக் கூறப்படுகிறது, இது அவரது பேரன் சைரஸ் அவருக்குப் பிறகு ராஜாவாக வருவார் என்ற தீர்க்கதரிசனமாக அவரது நீதிமன்றத்தில் மந்திரவாதிகளால் விளக்கப்பட்டது. எனவே ஆஸ்டியாஜஸ் பெர்சியாவிலிருந்து தனது கர்ப்பிணி மகள் மாண்டேனை வரவழைத்து, சைரஸ் பிறந்த பிறகு அவளைக் கொல்ல உத்தரவிட்டார். இந்த பணியானது மீடி ஹார்பகஸிடம் ஒப்படைக்கப்பட்டது, அவர் குழந்தையை ஆஸ்டியாஜின் மேய்ப்பர்களில் ஒருவரான மித்ராடேட்ஸிடம் ஒப்படைத்தார். இருப்பினும், மித்ராடேட்ஸூம் அவரது மனைவியும் இறந்த மகனுக்குப் பதிலாக சைரஸை வளர்க்க முடிவு செய்தனர். சிறுவனுக்கு பத்து வயதாகும்போது, ஆஸ்டியாஜஸ் உண்மையைக் கண்டுபிடித்தார்,

அவரை தனது பேரனாக அங்கீகரித்தார், மேலும் அவரை பெர்சியாவில் உள்ள பெற்றோரிடம் திருப்பி அனுப்பினார் (ஹெரோடோடஸ், 1.107-21). சைரஸ் கசாண்டேனை மணந்தார், தானே அச்செமனிட் இளவரசி, மற்றும் இரண்டு மகன்கள், கேம்பிசஸ் II மற்றும் பார்டியா, அத்துடன் மூன்று மகள்கள், அவர்களில் இருவரின் பெயர்கள், ஏடோசா மற்றும் ஆர்டிஸ்டோன், அறியப்படுகின்றன (ஹெரோடோடஸ், 2.1, 3.2, 3.88 .2). ரோக்சேன் மூன்றாவது என்று தெரிகிறது (கோனிக், பக்கம் 7 பாரா 12).நிக்கோலஸ் டமாஸ்சீனால் பல கூடுதல் விவரங்களுடன் அனுப்பப்பட்ட Ctesias இன் பதிப்பில், சைரஸ் ஆஸ்டியாஜின் பேரனோ அல்லது அச்செமனிடோ அல்ல, மாறாக மார்டியின் நாடோடி பழங்குடியினத்தைச் சேர்ந்த ஒரு மனிதன். அவளது தந்தை, அட்ராடேட்ஸ், வறுமையின் காரணமாக ஒரு கொள்ளைக்காரனாக மாற வேண்டிய கட்டாயம் ஏற்பட்டது மற்றும் அவளது தாயார், ஆர்கோஸ்டே, ஆடுகளை மேய்த்தார். அவள் சைரஸைக் கருவுற்றபோது, தன் மகன் ஆசியாவின் எஜமானனாக வருவதை அவள் கனவில் கண்டாள். ஒரு இளைஞனாக சைரஸ் ஒரு வேலைக்காரனாக ஆனார், பின்னர் ஆஸ்டியேஜின் நீதிமன்றத்தில் அரச பானபாத்திரக்காரராக ஆனார். காடூசியர்களின்

(q.v.) கிளர்ச்சியை அடக்குவதற்கு ராஜா அவரை அனுப்பினார், ஆனால் அதற்கு பதிலாக சைரஸ் தானே கிளர்ச்சி செய்து மீடியன் சிம்மாசனத்தைக் கைப்பற்றினார் (ஜேகோபி, ஃபிராக்மென்ட் II. இது கிரேக்க காதல் இலக்கியங்களில் தோன்றிய பதிப்புகளுக்கு முன்னோடியாக இருந்தது மற்றும் சிலவற்றில் மட்டுமே நம்பகமானது. மாறுபட்ட விவரங்கள் (பாயர், பக்கங்கள் 32-35).

எபிரேய பைபிளில் கோக் மற்றும் மாகோக் முறையே, இஸ்ரேல் மற்றும் அது வரும் நிலத்தின் மீது படையெடுப்பதாக தீர்க்கதரிசனம் கூறப்பட்டது; அல்லது, கிறிஸ்தவ வேதங்களில் (புதிய ஏற்பாட்டில்), கடவுளுடைய மக்களை எதிர்க்கும் தீய சக்திகள். கோக் மற்றும் மாகோக் பற்றிய பைபிள் குறிப்புகள் ஒப்பீட்டளவில் குறைவாக இருந்தாலும், அவை அபோகாலிப்டிக் இலக்கியம் மற்றும் இடைக்கால புராணக்கதைகளில் ஒரு முக்கிய இடத்தைப் பிடித்தன. அவை குர்ஆனிலும் விவாதிக்கப்பட்டுள்ளன

1 நாளாகமம் 5:4 (காண்க நாளாகமம், 1 கிங்ஸ் 15:1-15) ஜோயல் தீர்க்கதரிசியின் வழித்தோன்றலாக கோக் அடையாளம் காணப்பட்டுள்ளார், மேலும் 1 இராஜாக்கள் 1:1-15 இல் தீர்க்கதரிசி ஜோயலின் வழித்தோன்றலாக கோக் அடையாளம் காணப்பட்டுள்ளார் எசேக்கியேல் 38-39 இல், அவர் இஸ்ரவேல் தேசத்தை கைப்பற்ற கடவுளால் அழைக்கப்பட்ட மாகோக் தேசத்தில் உள்ள மேஷேக் மற்றும் டூபால் பழங்குடியினரின் தலைமை இளவரசன் ஆவார். உலகம் முழுவதிலுமிருந்து ஒரு பெரிய கூட்டுப் படைகளுடன், கோகும் அவனது முழு இராணுவமும் இஸ்ரேலை "பூமியை மூடும் மேகம் போல" (38:16) தாக்கி நகரங்களை கொள்ளையடித்து கொள்ளையடிப்பார்கள்.

இருப்பினும், கடவுள் பயங்கரமான இயற்கை பேரழிவுகளை அனுப்புவார், அது கோகுவையும் அவனுடைய படைகளையும் அழிக்கும். கோகின் தோல்வி கடவுளின் மகத்துவத்தையும் பரிசுத்தத்தையும் நிரூபிக்கும் மற்றும் கடவுளுக்கும் அவருடைய மக்களுக்கும் இடையே நல்ல உறவை மீட்டெடுக்கும்.பிரிட்டானிக்கா

உலக மதங்கள் மற்றும் மரபுகள்

யோவானுக்கான வெளிப்படுத்தலில் (20:7-10), கோக் மற்றும் மாகோக் என்ற பெயர்கள் காலத்தின் முடிவில் சாத்தானுடன் பெரும் மோதலில் சேரும் தீய சக்திகளுக்குப் பயன்படுத்தப்படுகின்றன. 1,000 ஆண்டுகளாக சாத்தான் பிணைக்கப்பட்டு சங்கிலிகளால் பிடிக்கப்பட்ட பிறகு, அவன் விடுவிக்கப்பட்டு, கடவுளுக்கு எதிராக எழுச்சி பெறுவான்; அவர் புறப்பட்டுச் சென்று, உலக நாடுகளான கோகு மற்றும் மாகோகு - அவர்களைக் கூட்டிக்கொண்டு, பரிசுத்தவான்களையும், தேவன் நேசிக்கும் நகரமான ஜெருசலேமையும் தாக்கி அவர்களை ஏமாற்றுவார். கடவுள் அவர்களை அழிப்பதற்காக வானத்திலிருந்து நெருப்பை அனுப்புவார், பின்னர் இறுதி தீர்ப்புக்கு தலைமை தாங்குவார்.

கோக் மற்றும் மாகோக் தொடர்பான விவிலியப் பகுதிகள் பிற்கால மொழிபெயர்ப்பாளர்களின் கவனத்தை ஈர்க்கத் தொடங்கின, அவர்கள் குறிப்பிட்ட நபர்கள் மற்றும் இடங்களுடன் அவற்றை இணைக்க மீண்டும் மீண்டும் முயற்சித்தனர். நவீன அறிஞர்கள் கோக்கை கி.மு. 7 ஆம் நூற்றாண்டில் லிடியாவின் மன்னரான கிஜஸ் மற்றும் அக்காடியன் கடவுள் காகா ஆகியோருடன் அடையாளப்படுத்துகின்றனர்; மேலும் மாகோக் என்ற பெயர் "கெஜஸ் நிலம்" என்று பொருள்படும் அக்காடியன் வார்த்தையிலிருந்து பெறப்பட்டது என்றும் வாதிடப்படுகிறது. 1 ஆம் நூற்றாண்டு கி.மு யூத சரித்திராசிரியரான ஜோசி:ஃபஸ், கோக் மற்றும் மாகோக் சித்தியர்கள் என்றும், 5 மற்றும் 6 ஆம் நூற்றாண்டுகளில் அவர்களை ஹன்களாகக் கருதினர் என்றும் கூறினார். கோக் மற்றும் மாகோக் 10 ஆம் நூற்றாண்டில் மாகியர்களுடன் ஒப்பிடப்பட்டனர், மேலும் இடைக்காலத்தில் முஹம்மது மற்றும் சலாடின் தலைமையில் முழு முஸ்லீம் உலகத்துடன் ஒப்பிடப்பட்டனர். யூத மற்றும் கிறிஸ்தவ அபோகாலிப்டிக் எழுத்துக்கள் மற்றும் பிற படைப்புகளில், அவர்கள் இஸ்ரேலின் இழந்த பத்து பழங்குடியினருடன் அடையாளம் காணப்பட்டனர்.கோக் மற்றும் மாகோகுடன் தொடர்புடைய மிக முக்கியமான

புராணக்கதைகளில் ஒன்று அலெக்சாண்டரின் நுழைவாயில் ஆகும், இது அலெக்சாண்டர் தி கிரேட் மூலம் இந்த நாகரீகமற்ற மற்றும் காட்டுமிராண்டித்தனமான மக்களை காலத்தின் இறுதி வரை சிறையில் அடைக்க கட்டப்பட்டது என்று கூறப்படுகிறது. ஆண்டிகிறிஸ்ட் மற்றும் கடைசி பேரரசரின் இடைக்கால புராணங்களில், கோக் மற்றும் மாகோக் சாத்தானின் படைகளுடன் கூட்டணியில் இருந்தனர். மேலும் பல்வேறு தீர்க்கதரிசன நூல்களில், கோக் மற்றும் மாகோக் ஆண்டிகிறிஸ்ட் தலைமையிலான துன்புறுத்தலில் பங்கேற்கின்றனர், இது ஆண்டிகிறிஸ்ட் வருவதற்கு முன் வருவதற்கு அடையாளமாக அல்லது கடைசி தீர்ப்புக்கு முன் நடந்த மோதலில் ஆண்டிகிறிஸ்ட் தோல்வியடைந்த பிறகு வெளிப்படுகிறது. கலாப்ரியன் மடாதிபதியும் இறையியலாளருமான ஜோகிம் ஆஃப் ஃபியோரின் கூற்றுப்படி, கோக் "கடைசி ஆண்டிகிறிஸ்ட்" என்று கருதப்படுகிறார். ஜோகிமின் பார்வையில், இறுதித் தீர்ப்புக்கு சற்று முன்பு கோக் வருவார், ஆனால் முந்தைய ஆண்டிகிறிஸ்ட் தோல்வியடைந்து ஆயிரமாண்டுகால அமைதிக்குப் பிறகுதான் வருவார்.

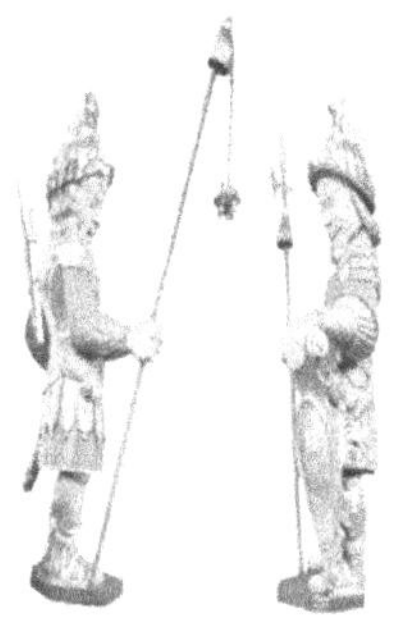

லண்டனின் கில்டாலில் உள்ள இரண்டு மாபெரும் மர உருவங்களை மையமாகக் கொண்ட கோக் மற்றும் மாகோக் பற்றிய ஒரு சுயாதீன புராணக்கதை. லண்டனின் பிரபல நிறுவனர் புரூடஸ் தி ட்ரோஜனால் (டிரோயா நோவா அல்லது நியூ ட்ராய்) அழிக்கப்பட்ட பின்னர், அரச அரண்மனையின் வாயில்களில் போர்ட்டர்களாக பணியாற்றுவதற்காக லண்டனுக்கு அழைத்துச் செல்லப்பட்ட இரண்டு ராட்சதர்களை அவர்கள் பிரதிநிதித்துவப்படுத்துவதாக நம்பப்படுகிறது. ஹென்றி V (ஆட்சி 1413-22) காலத்திலிருந்து லண்டனில் கோக் மற்றும் மாகோகின் உருவங்கள் உள்ளன. முதல் புள்ளிவிவரங்கள் பெரும் தீயில் (1666) அழிக்கப்பட்டு 1708 இல் மாற்றப்பட்டன. இரண்டாவது ஜோடி 1940 இல் ஜெர்மன் விமானத் தாக்குதலில் அழிக்கப்பட்டு 1953 இல் மீண்டும் மாற்றப்பட்டது.

முதல் நூற்றாண்டு யூத சரித்திராசிரியரான ஜோசி.்.பஸ், யூதர்களின் பழங்காலங்களில் மாகோகை சித்தியர்களுடன் ஒப்பிட்டார், ஆனால் அவர் கோக்கைப் பற்றி குறிப்பிடவே இல்லை. மற்றொரு படைப்பில், ஆலன்ஸ் (அவர் சித்தியன் பழங்குடியினர் என்று அவர் அழைக்கிறார்) ஹைர்கானிய மன்னர் அலெக்சாண்டரால் கட்டப்பட்ட இரும்பு வாயிலின் காவலர்களால் விரட்டப்பட்டதாக ஜோசபஸ் தெரிவிக்கிறார். [g] ஜோசபஸின் காலத்தில், அலெக்சாண்டர் ஏற்கனவே ஒரு யூத நாட்டுப்புற ஹீரோவாக இருந்தார். இருப்பினும், அலெக்சாண்டரின் கேட்ஸ் மற்றும் அபோகாலிப்டிக் நாடுகளான காக் மற்றும் மாகோக் ஆகியவற்றின் ஆரம்பகால இணைவு, அலெக்சாண்டரின் சிரிய புராணக்கதை என அறியப்படும் பிற்கால பழங்காலத்தின் விளைபொருளாகும்.

உன்னை அறிமுகம் செய்துகொள்

எனது பெயர் அப்துல் வஹீத், எனது தந்தையின் பெயர் மறைந்த ஹாஜி உபைதுர் ரஹ்மான் மற்றும் தாயார் பெயர் ஜெய்புன்னிசா. நான் சிறுவயது முதலே அறிவியல் சித்தாந்தத்தை விரும்பி, அமைதியான சுபாவமும் புத்தகங்களின் மீது பற்றும் கொண்டவன். இதன் காரணமாக எனது ஆர்வ ஆர்வம் புதிய கண்டுபிடிப்புகள் மற்றும் தகவல்களில் தொடர்ந்து பயன்படுத்தப்படுகிறது. நான் BSc படிக்கும் போது பாலிடெக்னிக்கில் தேர்வானேன், ஆனால் துரதிர்ஷ்டவசமாக அது முழுமையடையாமல் இருந்தது, ஏனெனில் தந்தை மற்றும் சகோதரர் இறந்தார். என் தந்தையின் இரண்டு வார்த்தைகள், என் வாழ்க்கைக்கு மிகவும் விலைமதிப்பற்றவை, முதலில் - நேர்மையாக சம்பாதிக்கவும், பொய்களை ஆதரிக்க வேண்டாம், இரண்டாவதாக, உணவை மதித்து, நீங்கள் விரும்பும் அளவுக்கு சாப்பிடுங்கள்.

அதனால்தான் வீட்டுப் பொறுப்பின் காரணமாக கல்வி முழுமையடையாமல் இருந்தது, பின்னர் திருமணம். இன்னும் தைரியம் குறையாமல் இன்று என் எண்ணங்களின் வடிவில் உங்கள் முன் புத்தகம் கிடைக்கிறது. ஏதேனும் தகவல் முழுமையடையாமல் இருந்தால், எங்களுக்குத் தெரியப்படுத்தவும். ,
நன்றி .